கிடங்கு

ஆண்டாள் பிரியதர்ஷினி

NCBH

நியூ செஞ்சுரி புக் ஹவுஸ் (பி) லிட்.,

41-பி, சிட்கோ இண்டஸ்டிரியல் எஸ்டேட்,

அம்பத்தூர், சென்னை - 600 050.

☎: 044 - 26251968, 26258410, 48601884

Language : Tamil

Kidangu

Author: **Andal Priyadarshini**

N.C.B.H First Edition: January, 2024

Copyright: Author

No.of Pages: 96

Publisher:

New Century Book House Pvt. Ltd.,

41-B, SIDCO Industrial Estate,

Ambattur, Chennai - 600 050.

Tamilnadu State, India.

Email: info@ncbh.in

Online: www.ncbhpublisher.in

ISBN : 978 - 81 - 2344 - 590 - 8

Code No. A 4970

₹ 120/-

Branches

Ambattur (H.O.) 044 - 26359906 **Spenzer Plaza (Chennai)** 044-28490027 **Trichy** 0431-2700885 **Pudukkottai** 04322- 227773 **Thanjavur** 04362-231371 **Tirunelveli** 0462-4210990, 2323990 **Madurai** 0452 2344106, 4374106 **Dindigul** 0451-2432172 **Coimbatore** 0422-2380554 **Erode** 0424-2256667 **Salem** 0427-2450817 **Hosur** 04344-245726 **Krishnagiri** 04343-234387 **Ooty** 0423 - 2441743 **Vellore** 0416-2234495 **Villupuram** 04146-227800 **Pondicherry** 0413-2280101 **Nagercoil** 04652 - 234990

கிடங்கு

ஆசிரியர்: ஆண்டாள் பிரியதர்ஷினி

என்.சி.பி.எச். முதல் பதிப்பு: ஜனவரி, 2024

அச்சிட்டோர்: **பாவை பிரிண்டர்ஸ் (பி) லிட்.,**

16 (142), ஜானி ஜான் கான் சாலை, இராயப்பேட்டை, சென்னை - 14

☎: 044-28482441

All rights reserved. No part of this book may be reprinted or reproduced or utilised in any form or by any electronic, mechanical, or other means, now known or hereafter invented, including photocopying and recording, or in any information storage or retrieval system, without permission in writing from the publishers.

பதிப்புரை

உலகில் வாழும் பெரும்பாலான மனிதர்கள் பலரும் அறிந்திராத, அறிந்துகொள்ள இயலாத ஒரு வேலைதான் பிணக்கூராய்வு. அவலமும் அருவருப்புமாக இருக்கும் உலைந்து சிதைந்த பிணத்தை அறுத்து இறப்புக் காரணத்தை அறியும் நோக்கில் செய்யப்படுவதே பிணக்கூராய்வு. பார்க்கவே அச்சப்படும்படியான அவ்வேலையைச் செய்யும் பணியாளர்களின் அன்றாடங்களை விவரிக்கிறது இப்புனைவு. இறந்த உடலில் ஆய்வுக்கான அவசியத் தேவைக்காகக் குறிப்பிட்ட உடல் பாகங்களைச் சேமித்து அனுப்பி வைக்கும் வேலையை மிகமிக இயல்பாகச் செய்யும் அப்பணியாளர்களின் பாடுகளும் அவர்கள் எதிர்கொள்ளும் சவால்களும் இதில் காத்திரமாகப் பதிவாகியுள்ளன.

வலைதளப் பக்கமொன்றில் தொடர்கதையாக எழுதப்பட்ட இந்நாவல் தொடராக வெளிவந்த காலத்திலேயே வெகுவாக வாசிக்கப்பட்டு கவனம் பெற்றதென்பது குறிப்பிடத்தக்க ஒன்றாகும்.

வழமையாக வாழும் மனிதர்கள் சந்திக்கும் பிரச்சினைகளை இப்பணியாளர்கள் கையாளும் சூழ்நிலையை எடுத்துரைப்பதோடு இயல்பானவோட்டத்தில் அவர்களின் காதல், கண்ணீர், மகிழ்ச்சி, குதூகலம், துயரம், கோபம், தயாளம், சண்டை வம்பு, ஆளுமை எனப் பல்வேறு உணர்வாம்சங்களை வெளிப்படுத்துவதாகவும் அமைந்துள்ளது.

தினந்தினமும் பிணங்களோடு உறவாடவேண்டிய கட்டாய நிலையிலிருக்கும் இவர்களுக்கு ஒத்தாசையாய் இருப்பவர்கள், எதிராகச் செயலாற்றுபவர்கள், துன்பந் தருகிறவர்கள், தோள் கொடுப்பவர்கள் எனப் பல முகங்களையும் வெளிப்படுத்தும் இந்நாவல் புதிய பல அரிய தகவல்களையும் தருவதாய் அமைந்துள்ளது.

மரணத்தை தரிசனத்தோடும் கரிசனத்தோடும் அணுகும் இந்நாவலை வாசகர்களின் கவனத்திற்குக் கொண்டு சேர்க்கும் வகையில் தற்போது அச்சில் வெளியிடப்படுகிறது.

- பதிப்பகத்தார்

அத்தியாயம் 1

யோனி மிகவும் சிறியது. எட்டு வயதுச் சிறுமிக்கு எத்தனை பெரிதாக இருந்துவிடும்? ஆனால், எட்டு வயதுச் சிறுமியின் யோனி போலக் கைபடாததாக இல்லை, கிழிந்து சிதைந்திருந்தது. அந்தப் பொறுக்கிக் கும்பல் ஏழெட்டுப் பேரும் மாறி மாறி அவள் யோனியோடு வன்புணர்வு செய்ததில், கூழாகி ரத்தம் வழிந்து கண்கொண்டு பார்க்க முடியாததாக இருந்தது.

எட்டு வயது சின்ன உடம்பை மேஜை மீது தூக்கி வைத்தபோது கூட இயல்பாகத் தான் இருந்தார் மாயாண்டி. கவுனைக் கழற்றுவதற்குத் தேவையில்லாத மாதிரி நிர்வாணமாகவே கிடந்தாள் அந்தச் சிறுமி. அந்தத் தட்டையான மார்புப் பகுதியும் ரத்தம் கன்றிப்போயிருந்தது. இன்னமும் முளைக்காத மார்பைக் கடித்து துவம்சம் செய்திருந்தார்கள். மூர்க்கன்களின் கையில் அந்தச் சின்ன உடம்பு என்ன பாடுபட்டிருக்கும்?

தலையோடு காலாகக் கண்களை ஓட்டியபோதுதான் வெலவெலத்துப் போனார். இத்தனை வருட அனுபவத்தில் அவர் பார்க்காத சடலம் இல்லை. ஆனால், இது மாதிரி கை கால் முறிக்கப்பட்டு, யோனி சிதைக்கப்பட்டு, எட்டு வயது மார்பு கடிக்கப்பட்டு, மிருகத்தனமாக வன்புணர்வு செய்யப்பட்ட சடலத்தைப் பார்ப்பது இதுதான் முதல்முறை.

பிணவறைக் கிடங்குக்கு வெளியே உறவினர்கள், ஊர்மக்கள் கூட்டம் முண்டியடித்தது. கூடவே பத்திரிகைக்காரர்கள், தொலைக் காட்சி ஊடகங்கள், போலீஸ்காரர்கள் என்று ரணகளமாகியிருந்தது மருத்துவமனை.

“இவனுங்க அலப்பறைக்கு ஒண்ணும் கொறச்சலு இல்ல. டிவி, யூடியூப் சேனல்னு வந்துருவானுங்க. நாங்க இங்க கஷ்டப்படறத ஒருத்தனும் பேசாதீங்க. ரேப் கேஸ், பொம்பளை விஷயம்னா ஓடி வந்துருங்க.”

பழனி கோபத்தில் வார்த்தைகளை அனுப்பினான்.

“டிவி நியூஸ் பார்த்துட்டுத்தான் நான் ஓடிவந்தேன். போஸ்ட் மார்டத்துக்கு அவசரப்படுத்துவாங்க. நீ ஒருத்தனா கஷ்டப்படக் கூடாதுன்னு வந்துட்டேன் பழனி.”

வீட்டிலிருந்து போட்டுவந்த சட்டையைக் கழற்றி, அறையிலிருந்த அலமாரிக்குள் வைத்தார் மாயாண்டி. பிணம் அறுக்கும்போது போடும் சட்டையை மாட்டிக்கொண்டார்.

“வீக்லி ஆஃப்தானே தலைவா?”

“அதைப் பார்த்தா முடியுமா பழனி? போலீஸ் கேஸு. வெரசா முடிக்கணும்.”

பழனியின் செல்போனில் அதகளமாகப் பாட்டு பொறி பறந்தது....

நான்தாண்டா இனிமேலு வந்து நின்னா
தர்பாரு உன்னோட கேங்கு
நான்தாண்டா லீடு
பில்லா என் வரலாறு
பாத்தவன் நான் பலபேரு

பணியாளர்கள் அறைக்குப் பக்கத்திலிருந்த குழாயடியில் குளித்துவிட்டு வந்தான் பழனி. வீட்டு சட்டை பேண்ட் போட்டுத் தலைவாரியபடி ஜன்னல் வழியாக எட்டிப் பார்த்தான்.

“பாடி காலைலயே வந்துருச்சு தலைவா. ஆர்டிஓ வரல. இதோ அதோன்னு வெயிட் பண்ணேன். டூட்டி டைம் ஓவர். நானு கௌம்பறேன். நல்லவேளை இந்த கேஸு எனக்கு வரல. ஆர்டிஓ ரிப்போர்ட்டு, டீன் ரிப்போர்ட்டு, போலீஸு ரிப்போர்ட்டுன்னு தாலி அறுத்துடுவாங்க. பி.எம் முடிச்சு ரிப்போர்ட் முடிச்சு, டாக்டர் கையெழுத்து போட்டு முடிக்கறதுக்குள்ளே தாவு தீர்ந்துடும். நான் தப்பிச்சேன், நீதான் மாட்டிக்கிட்ட தலைவா. நான் கௌம்பறேன்.”

சாப்பாட்டுப் பையைத் தூக்கிக்கொண்டு கிளம்பினான் பழனி. தலையோடு காலாக வாசனைத் திரவியம் அடித்துக்கொண்டான். “வாத்தி கமிங்... வாத்தி கமிங்...” கையைச் சொடக்குப் போட்டு பாடினான்.

“கொஞ்சம் இருப்பா... கூடமாட ஒத்தாசையா இருக்காம கௌம்பினா எப்படி? சீனியருக்கு இதைக்கூடப் பண்ணமாட்டியா?”

எதையுமே பொருட்படுத்தவில்லை பழனி. தலை முடியைச் சிலுப்பிச் சிலுப்பிச் சீவிக் கலைத்துவிட்டுக் கொண்டான்.

"கவர்மெண்ட் வேலைல மாங்கு மாங்குன்னு உழைச்சாலும் கிரீடம் சூட்ட மாட்டாங்க. டூட்டி நேரம் முடிஞ்சுதா கௌம்பினோமா... குடும்பத்தோட இருந்தோமான்னு இருக்கணும். உங்களை மாதிரி மார்ச்சுவரிலேயே குடியிருக்க முடியாது தலைவா. மச்சினன் ரிசப்ஷன் அடுத்த வாரம். பர்ச்சேஸ் போகணும். வீட்டுல சொல்லி அனுப்பினா, நேரத்துல வந்துசேருன்னு.

எந்த விஷேசத்துக்கும் போகமுடியறதில்லே. உறவு ஜனத்தைப் பார்க்க முடியறதில்லே. பர்ச்சேஸுக்கும் போகலேன்னா வீட்ல மருவாதியே இல்லாமப் போயிடும் தலைவா."

"எத்தனை பி.எம் இன்னிக்கு?"

"சின்னப் பொண்ணு மட்டும்தான். ஒத்தாசைக்கு ரவுசு இருக்கான். கூடமாட சங்கரம்மாவும் இருக்கு." - சட்டென்று கிளம்பினான் பழனி.

நீளமான வராந்தா, எமர்ஜென்ஸி வார்டு எல்லாம் தாண்டி பிணக்கூறு அறைக்கு வந்தார் மாயாண்டி. சீனியர் அவர். தொழிற்சங்கத் தலைவர். ஆனாலும் டூட்டி செய்தாக வேண்டுமே... இந்த வயதிலும் காலம் நேரம், விடுப்பு நாள் என்று கணக்குப் பார்க்காமல் பணியைச் செய்யக்கூடியவர்.

பழனி, தூய்மைப் பணியாளர்களில் ஜூனியர். கழிவறை சுத்தம் செய்தல், ஜெனரல் வார்டில் வாந்தி, மலம், மூத்திரம் கழுவுதல், சாக்கடை அள்ளுதல், ஆதரவற்ற சடலங்களை அப்புறப்படுத்துவது, மார்ச்சுவரியில் கூடமாட உதவுவது, சடலம் அறுக்கும் போது கூட இருப்பது, அறுக்கப்பட்ட சடலத்தை ஒன்றாக்கி முறிந்த எலும்புகளை நேராக்கித் தருவது. பிணவறைக் கிடங்கில் உதவியாளர்.

இங்கே சில மாசம் டூட்டி. அப்புறம், மனசு பேதலித்து விடக்கூடாது என்பதற்காக, ஜெனரல் வார்டில் ஆறு மாதம் என்று மாற்றி மாற்றிப் பணி. ஒரேயடியாகப் பிணவறைக் கிடங்கில் பிணம் அறுத்துக்கொண்டே இருந்தால் பைத்தியம் பிடித்துத் துணியைக் கிழித்துக் கொண்டு ஓடவேண்டியிருக்கும்.

இப்படிச் சகல படிநிலையும் கடந்துதான் மாயாண்டி இப்போது மார்ச்சுவரி வேலையில் சீனியராக இருக்கிறார்.

"வேண்டும் வேண்டும்... நீதி வேண்டும்..." "காவல் துறையே... குற்றவாளியைக் கைது செய்!"

கோஷங்கள் கேட்டன. உறவு ஜனங்களின் துக்க ஓலம் கேட்டது. மருத்துவமனை டீன், தொலைக்காட்சி நிருபர்களுக்குப் பதில் சொல்லிக் கொண்டிருந்தார்.

"இனிமேல்தான் போஸ்ட் மார்ட்டம் செய்யப்போறோம். ஆர்டிஓ வந்து சேரவில்லை. ரிப்போர்ட் கையில் கிடைத்ததும் உங்களுக்குத் தகவல் தருகிறேன். கொஞ்சம் பொறுமையாக இருங்கள். இறந்த சிறுமியின் பெற்றோர் வலி எங்களுக்குப் புரிகிறது. எங்கள் வேலையைச் செய்துமுடிக்க ஒத்துழைப்புக் கொடுங்கள். எல்லோரும் மாஸ்க் போடுங்க... தள்ளித் தள்ளி நில்லுங்கள் ப்ளீஸ்!"

அவர் சொன்னதைக் கேட்டுக் கொதித்தது கூட்டம்.

"எட்டு வயசுப் பொண்ணை ரேப் பண்ணின கும்பலுக்குச் சொல்லுங்க அட்வைஸ். சோஷியல் டிஸ்டன்ஸிங் அவங்க பண்ணி யிருந்தா இது நடந்துருக்குமா? கவர்மென்ட் கைக்கூலியாப் பேசாதீங்க டாக்டர்."

மறுகுரலில் கத்தினார்கள். எல்லாருமே கொரோனா மாஸ்க் மூக்குக்கும் வாய்க்கும் இல்லாமல் தாடைக்குத் தாரை வார்த்திருந்தார்கள். தாடைக்கு ஜட்டி போட்டது மாதிரி இருந்தது.

டீன் சொன்னதற்கெல்லாம் தலையாட்டிய துறைத் தலைவர், தலைமை மருத்துவரிடம் விரைந்து முடிக்கச் சொல்ல, தலைமை மருத்துவர் டியூட்டி டாக்டரிடம் சொல்ல, இப்படியாக அரசு எந்திரத்தின் பதவி அடுக்குகள் வழியாக உத்தரவுகள் கடைப்பிடிக்கப்பட்டு, மாயாண்டியிடம் டாக்டர் சரஸ்வதி சொன்னார்.

"ஆரம்பிங்க மாயாண்டி. நான் போய் ரெண்டு ரிப்போர்ட் சப்மிட் பண்ணிட்டு வந்துடறேன்."

டாக்டரம்மாவுக்கு நேற்று தான் வளைகாப்பு முடிந்திருந்தது. முகத்தில் தாய்மையின் பளபளப்பும் விகசிப்பும். இரண்டு கைகளிலும் குலுங்கக் குலுங்கக் கண்ணாடி வளையல்கள். மேடிட்ட வயிறோடு பிணக் கூராய்வு அறைக்குள் வந்து, மாயாண்டியிடம் சொன்னார் மருத்துவர் சரஸ்வதி.

மாயாண்டி சரி என்பதாகத் தலையாட்டிவிட்டு, சுவரோரமாக ஈ மொய்த்துக் கிடந்த சடலத்தைப் பார்த்தார். தலையெங்கும் ரத்தம் ஒழுகியிருந்தது.

ரவுசு, "நகரு நகரு" என்றபடி உள்ளே வர, சங்கரம்மா புகையிலையைக் கிள்ளி வாயில் அதக்கிக் கொண்டாள். "வரவுக... பெரிய கலெக்டரு வர்றாரு, நகரணுமாம்."

புகையிலை வாசமும் அம்மா மாதிரி பாசமும் சேர்ந்து, அவர்களுக்குள் ஒரு நெகிழ்ச்சி கிண்டல் இழையோடியது.

"ஆமா, நீ பெரிய மினிஸ்டரு... ஆடி அசைஞ்சு நிதானமா வர்றதைப் பாரு" - சங்கரம்மாவைத் தோளில் இடித்தான்.

"எம் புள்ள வயசு உனக்கு. உன்னைப் பார்க்கறப்பவெல்லாம் அவன் நெனைப்புத்தான் வருது. ஓடிப்போயி பத்து வருஷமாச்சு. எங்க இருக்கானோ தெரியல..." கண்ணீர் கசிந்தது சங்கரம்மாவுக்கு.

"நாளைக்கு எனக்குப் பொறந்த நாளு. பாயசம் வச்சுக் கொண்டு வரணும்" என்ற ரவுசு, பச்சக்கென்று அவளின் கையைப் பிடித்து முத்தமிட்டான்.

மாயாண்டி குனிந்து சிறுமியைத் தூக்க, தொடை இடுக்கிலிருந்து வழிந்த ரத்தம், தரையில் தோய்ந்திருந்தது.

"இருந்தா பேத்தி வயசு இருக்கும் இதுக்கு. எம்மா சின்னப் புள்ள இது. இப்படிப் பண்ணின பன்னாடைங்க பேதில போவ. ஏன் பேதில போவணும்? காரு, பஸ்ஸு, லாரி அடிச்சு சாவணும்."

"சுத்தியல் குடு சங்கரம்மா. ரவுசு இங்க வா, கூடமாட நில்லு."

முன்நெற்றி மண்டையைச் சுத்தியலால் அடித்துத் தட்டினார் மாயாண்டி. ராடு வைத்து அடித்ததில் சட்டென உடைந்தது முன்நெற்றி.

சிறுமியின் சடலம்தானே அது? மல்யுத்த வீரனின் சடலம் இல்லையே, இரும்பு மாதிரி இறுகி இருப்பதற்கு?

சின்ன உடம்பு, இரண்டு தொடைப் பகுதியிலும் இடுப்பு எலும்பு முறிந்திருந்தது. அந்த அளவுக்கு இரண்டு கால்களையும் இழுத்து விரித்து வன்புணர்வு செய்ததில், கால் எலும்புகள் முறிந்து திசைக்கொன்றாகத் திரும்பியிருந்தன. கண்கள் கூரான கம்பியால் சிதைக்கப்பட்டிருந்தன. உடம்பு முழுக்கக் காயங்கள். நகக் கீறல்கள். அத்தனை பேரும் உதடுகளையும் கன்னத்தையும் கடித்துக் குதறியிருந்ததில், உதடுகள் கிழிந்து பெரிதாக வீங்கியிருந்தன.

கழுத்திலிருந்து வயிறு வரை ஒரே நேர்கோடாகக் கிழித்துவிட்டார் மாயாண்டி. கால்கள் விரிந்திருக்கக் கிழிந்திருந்த யோனி அவரைப்

பதைபதைக்க வைத்தது. கை கால் நடுங்க வைத்தது. கையிலிருந்து சுத்தியலும் ஆக்ஸா பிளேடும் நழுவிக் கீழே விழுந்தன. சட்டென்று கண்ணீர் முட்டியது.

“அடப்பாவிங்களா... நல்லாயிருப்பானுங்களா தேவடியாப் பசங்க. இது கொழந்தை ரவுசு... பச்சப்புள்ள சங்கரம்மா... இன்னும் பால்வாசம்கூடப் போயிருக்காது. இதோட ஓட்டைல என்னத்தடா சொகம் கண்டீங்க? எட்டு வயசுக் குழந்தை எத்தனை வலி அனுபவிச்சிருக்கும்? ஐயோ... ஐயோ...”

தினம் தினம் சடலங்களைப் பார்க்கும் மாயாண்டிக்கே இந்தச் சடலம் வலி தந்தது.

“என்ன தலைவா, கண்ணால தண்ணி உடறே? சினிமா சென்டிமென்டு சீனு மாதிரி.”

“எட்டு வயசுக் குழந்தை ரவுசு... எம் பொண்ணு நெனைப்பாயிருச்சு.”

“பொட்டையாப் பொறந்தாலே இப்பிடிச் சீரழிவுதான். இந்த அழகுல ரவுசுக்கு ஆசை பொட்டச்சியா மாறணுமூட்டு. பொட்டச்சியா மாறி லோல்படணுமா ரவுசு? இப்படியே இருந்துரு.”

சங்கரம்மா கையில் கோணி ஊசியில் தடிமனான நூல் கோத்துக் கொண்டே வருத்தப்பட்டாள்.

“சரி தலைவா, சோலிய முடிச்சு பாடிய குடுக்கணும். ஊரு சனம் மொத்தமும் காத்துக் கெடக்கு.” - ரவுசு ஒரு டம்ளரில் தண்ணீர் தந்தான்.

பிணக் கூராய்வு அறையை மொய்த்திருந்த ஈக்களுக்கு மாயாண்டியின் வருத்தம் புரிந்தது. காத்திருந்த மற்ற சடலங்களுக்கும் மாயாண்டியின் வருத்தம் புரிந்தது. அறையில் சூழ்ந்திருந்த குடலைப் புரட்டும் நாற்றத்துக்கும் மாயாண்டியின் வருத்தம் புரிந்தது.

டாக்டர் சரஸ்வதி அறைக்குள் வந்தார். வெள்ளை மேலுடைக்கு மேல் கொரோனா தடுப்பு உடை, மேடிட்ட வயிறு, மெதுவாக நடந்து வந்தார்.

“நீங்க ரூம்ல இருங்க டாக்டரம்மா. பி.எம். முடிச்சுட்டு சொல்றேன்.” பதறினார் மாயாண்டி.

“டாக்டரம்மா, நேத்துதான் வளைகாப்பு முடிஞ்சிருக்கு. இன்னிக்குப் பொணம் அறுக்கறதைப் பார்க்கணுமா?” - சங்கரம்மாவும் பதறினாள்.

"மாயாண்டி, நீங்க PPE போடல. மாஸ்க் போடல. முன் ஜாக்கிரதையா இல்லாம டீட்டி பண்றீங்க. கொரோனா நேரம். ஜாக்கிரதை. ஷூ போடாம செருப்பு வேற போட்டுருக்கீங்க."

மருத்துவருக்கே உரிய எச்சரிக்கை உணர்வில் சொன்னார் டாக்டர் சரஸ்வதி.

"PPE போட்டா சுளுவாப் பொணம் அறுக்க முடியல டாக்டரம்மா... மாஸ்க் போட்டா வேலை பண்றப்ப மூச்சு முட்டுது. ஷூ போட்டா, சடலத்துப் புழு ஷூவுக்குள்ளே போயிடுது. எலும்புத் துண்டு ஷூக்குள் விழுந்துடுது. செருப்புதான் வசதி டாக்டரம்மா. நாம பாட்டுக்கு உதறித் தள்ளலாம்."

கை பாட்டுக்கு வேலை செய்ய, உண்மை நிலவரத்தைச் சொன்னார் மாயாண்டி.

★★★

தன் முயற்சியில் சற்றும் மனம் தளராத விக்கிரமாதித்தன், மரத்தில் ஏறி அதில் தொங்கிய உடலைக் கீழே வீழ்த்தினான். பின்னர் கீழேயிறங்கி அதைத் தோளில் தூக்கிக்கொண்டு மயானத்தை நோக்கிச் செல்கையில், வேதாளம் கேட்டது.

"மன்னா, இரவு பகலாக இவ்வாறு காட்டிலும் மேட்டிலும் நடுநிசியில் திரியும் உன்னைக் கண்டு பரிதாபமாக இருக்கிறது. நீ தேடும் பொருள் உனக்குக் கிடைக்க என் கேள்விக்குப் பதில் சொல்... வன்புணர்வு செய்யப்படும் பெண்ணுக்குத்தான் அத்தனை அவமானம், உடல்நலிவு, மன உளைச்சல், உயிரிழப்பு என்றிருக்கிறது. வன்புணர்வு செய்யும் ஆணுக்கு போதுமான தண்டனைகள் இன்னும் இல்லை என்பது நிஜம்தானா?"

"இல்லை என்று எல்லோரும் அறிந்த அந்த ரகசியத்தை நான் வெளிப்படையாகச் சொல்ல வேண்டுமா? பச்சைக் குழந்தைகூட இதற்குப் பதில் சொல்லுமே" என்றான். விக்கிரமாதித்தனின் சரியான பதிலினால் அவன் மௌனம் கலையவே, வேதாளம் தான் தங்கியிருந்த உடலுடன் பறந்துசென்று, மீண்டும் முருங்கை மரத்தில் ஏறிக்கொண்டது.

★★★

அத்தியாயம் 2

"அரை டிராயர் யூனிஃபார்ம் காலத்துலேருந்து இங்க டூட்டி பாக்கறேன். எத்தினி பொணம் அறுத்திருப்பேன்? இது நாளுவரைக்கும் ஒண்ணும் ஆகல. இந்தக் கொரோனா என்னத்தைப் பண்ணிடும் டாக்டரம்மா?"

மாயாண்டியின் கேள்விக்கு டாக்டரிடம் பதில் இல்லை என்பது போல பேச்சைத் திசைமாற்றினாள்.

"ஆர்டிஓ வந்துட்டாரு. சீக்கிரம் முடிங்க மாயாண்டி."

"நீங்க ஜாக்கிரதையா இருங்க டாக்டர். வயத்துல குழந்தையைச் சொமந்துக்கிட்டு பொணம் அறுக்கறதைப் பாக்கணுமா?"

சங்கரம்மாவின் அக்கறைக் குரல், டாக்டர் சரஸ்வதிக்கு ஆசுவாசமாக இருந்தது.

"வயத்தில இருக்கும்போதே அனாடமி படிக்குது குழந்தை. வேற என்ன? இதுக்கெல்லாம் பயப்படறவங்க டாக்டராக முடியாது சங்கரம்மா. மனசு மரத்துப்போனாத்தான் டாக்டராக முடியும்" என்றபடி அந்த அறையைச் சுற்றிப் பார்த்தார். ரத்தக் கறையும், ஈக்கூட்டமும், ரத்த வாடையும், கவிச்சி நாற்றமுமாக இருந்தது அறை.

"ஃபேன் போடலியா? வேர்த்துக் கொட்டுதே?"

"ஃபேன் ஓடல டாக்டர். கம்ளெய்ண்ட் பண்ணி ரெண்டு வாரமாகுது. ஏசியும் வேலை பண்ணல. நாத்தம் சகிக்க முடியல. பாடி எல்லாம் டீ கம்போஸ் ஆயிடும் டாக்டர்.

"எலக்ட்ரீஷியன வரச் சொல்றதுதானே?"

"சொல்லாமலா? நாறுது வரமாட்டோம்கிறாங்க. கொரோனா பயம் வேற."

"நா வேணா ரிப்பேர் பாக்கவா டாக்டர்? எலக்ட்ரீஷியன் தான் நானு" பம்மி பம்மிக் கேட்டான் ரவுசு.

சுவர் ஓரமாக ஒதுங்கி நின்ற ரவுசுவைப் பார்த்தார். “உனக்கு இங்க என்ன வேலை? இவங்களை ஏன் உள்ளே விடறீங்க? டீன் ரவுண்ட்ஸ் வந்தா எங்களைத்தான் கேள்வி கேப்பாரு.” கொஞ்சம் அதட்டும் குரலில் சொன்னார்.

“உதவிக்கு ஆளும் போடறதில்ல. நாங்க என்ன பண்றது? தினமும் அத்தினி பொணம் அறுக்கறோம். கூடமாட ஒத்தாசைக்கு யாருமே இல்லியே டாக்டர். சங்கரம்மா ஐம்பத்தஞ்சு வயசுக்கு என்னா பண்ணிட முடியும்? கை வாகா பொணத்தை ஏத்தி இறக்கணும். ரத்தம் குளமாக் கெடக்கும். களுவி விடணும். பி.எம். சடலத்தை இழுத்துக் கட்டணும். இத்தினி வேலைக்கும் கை ஆளு யாரு இருக்கா டாக்டர்? வேலைக்கு ஆளே குடுக்காம, வேலைய முடி வேலைய முடின்னு சொன்னா எப்படி? பொணம் தன்னைத்தானே அறுத்துக்கவா முடியும்?” மாயாண்டி தொழிற்சங்கத் தலைவர் குரலில் நியாயம் பேசினார்.

“சரி சரி, சட்டம் பேசாதீங்க. வேலையப் பாருங்க.” நடந்தார் டாக்டர் சரஸ்வதி அரசு எந்திரத்தின் கையாலாகாத் தனத்தோடு.

சுத்தியலையும் ஆக்ஸா பிளேடையும் கீழே போட்டார் மாயாண்டி. “என்னமோ தெரியல, ஒரே மயக்கமா இருக்கு. மனசே சரியில்ல ரவுசு” சுவரோரமாகச் சரிந்து உட்கார்ந்தார்

“தலைவா, டீ வாங்கியாறேன். குடிச்சுட்டுப் பண்ணுங்க தெம்பாயிருக்கும்.”

எட்டுக் கால் பாய்ச்சலில் ஓடினான் ரவுசு. சங்கரம்மா, வாரியலால் தரையில் வழிந்திருந்த ரத்தக் கறைகளைக் கழுவிவிட்டாள். ரத்தம் தோய்ந்து மூலையில் கிடந்த துணிகளை மூட்டையாகக் கட்டினாள்.

பிளாஸ்க்கில் டீயோடு ஓடிவந்தான் ரவுசு. அவசரமாக பிளாஸ்டிக் தம்ளரில் ஊற்றித் தந்தான்.

“ஒரு வாய் குடி தலைவா.”

மாயாண்டிக்குப் பக்கத்திலேயே அறுக்கப்பட்ட சடலம் கிடந்தது. அதிலிருந்து வழியும் ரத்தம், ஈக்கள் கூட்டம், பிணவறை கதவிடுக்கு வழியாகக் கசியும் மரண நாற்றம். எல்லாம் சூழ்ந்திருந்த அறையின் தரையில் சரிந்து உட்கார்ந்திருந்த மாயாண்டி, தேநீரை உறிஞ்சிக் குடித்தார்.

"உசுரு இருக்கற வரைக்கு காஃபி, டீ, சோறுன்னு கேக்குது உடம்பு. உசிரு போச்சுன்னா அதை அறுக்கறோமா, வெட்டறோமா, அம்மணக் குண்டிய நாலு பேரு பாக்கறோமா? எதுவுமே தெரியாமப் போவுது. அது ரொம்ப நிம்மதி. இல்லியா ரவுசு?"

டீ குடித்துக் கொஞ்சம் தெளிவானார் மாயாண்டி "சீக்கிரம் சோலிய முடிக்கணும் தலைவா. வெளியே ஒரே ரகளை ஓட்டறாங்க ஜனங்க."

கைகொடுத்துத் தூக்கிவிட, எழுந்து சுறுசுறுப்பானார் மாயாண்டி. சுத்தியல், ஆக்ஸா பிளேடைக் கையில் எடுத்தார். "சங்கரம்மா, மார்ச்சுரி ரிப்போர்ட் எழுதணும். டாக்டரம்மாட்ட சொல்லு."

சிறுமியின் சடலத்தைத் தொட்டுக் கும்பிட்டார்.

"என்னை மன்னிச்சுடு தாயே... உனக்கு நீதி கெடைக்கறதுக்காக உன்னை நிர்வாணமாக்கிக் கிழிச்சு வச்சிருக்கேன். என் தெய்வம் தாயி நீ..."

கழுத்திலிருந்து கோடு இழுத்த மாதிரி மார்பு வயிறு, இடுப்பு, யோனி வரைக்கும் ஆக்ஸா பிளேடு ரம்பத்தால் கிழித்தார். அனுபவம் மிக்க கைகள், லாவகமாக வேலை செய்தன. சிதறிய ரத்தத் துளிகள், பறந்த ஈக்கள், கிடங்கின் நாற்றம் எதுவுமே மாயாண்டிக்குத் தொந்தரவாக இல்லை.

சாமிக்குப் பூமாலை கட்டுவது மாதிரி, தனிமையில் தவம் செய்யும் துறவி மாதிரி, கருவறையில் மனசு நெகிழ்ந்து பூஜை செய்யும் பூசாரி மாதிரி, நேர்த்தியாக உடம்பை அறுத்து கூறு போட்டுத் தயாராக வைத்தார்.

"முடிஞ்சுதா மாயாண்டி?"

"ஆமா டாக்டர், ஒரு வழியா முடிச்சாச்சு. மனசே தாங்கல. ச்சீ போன்னு விட்டுப்போச்சு."

"ப்ச்... என்ன பண்ண? தெருவுக்கு நாலு ரேப் நடக்குது. சின்னப் பசங்க, பெரியவங்க வித்தியாசமே இல்லாம கூட்டம் கூட்டமா ரேப் பண்றாங்க"

"நீங்க லீவு போடலியா டாக்டர்? இன்னமும் ஏன் டூட்டிக்கு வர்றீங்க? வளைகாப்பு முடிஞ்சு ரெஸ்ட் எடுக்கலாமே. ஒண்ணு கெடக்க ஒண்ணு ஆயிடுச்சுன்னா."

"இந்த மாதிரி அவசர காலத்துல வேலை செய்யாம, டாக்டர்னு சொல்லிக்கிட்டா போதுமா?" - எந்தவிதமான மனக்கிலேசமும் இல்லாமல், சடலம் கிடந்த டேபிள் அருகே வந்தார்.

"டாக்டரம்மா, ரிப்போர்ட் ஷீட்டு..."

சங்கரம்மாவுக்கு ஒரு புன்னகையைத் தந்துவிட்டு, ஒவ்வொரு குறிப்பாக எழுத ஆரம்பித்தார் மருத்துவர் சரஸ்வதி. கண்ணாடி வழியாகக் கூர்ந்து பார்த்தார் ஒவ்வொன்றையும்.

"பிறப்புறுப்பு இப்படிக் கிழிஞ்சிருக்கே... சின்னப் புள்ளையோடது பூ மாதிரிதானே இருக்கும்? உடம்பு முழுக்க ரத்தக் காயம். உதடு ரெண்டையும் கடிச்சுக் குதறியிருக்காங்க. கடவுளே. பொம்பளைப் பசங்களை எப்படித் தான் வெறி நாய்ங்ககிட்டேருந்து காப்பாத்தறதுன்னு தெரியல..."

குச்சியில் சுற்றிய பஞ்சினை, சிறுமியின் பிறப்புறுப்புக்குள் உள்ளே நுழைத்தார் மாயாண்டி. சுழற்றிச் சுழற்றித் துழாவி விந்தணுக்களைச் சேகரித்தார்.

"சரி மாயாண்டி. நீங்க மத்ததைப் பாருங்க. ஜனங்க பொறுமை இல்லாம கத்தறாங்க. நான் ரிப்போர்ட் ரெடி பண்றேன்."

மின்விசிறி, ஏசி எதுமில்லாத அறையில் சகல கவச உறைகளோடு பிணத்தை ஆய்வு செய்ததில் மூச்சடைத்துப் போனது. தாய்மைப் பேற்றின் மூச்சிரைச்சலோடு சேர்ந்து ரொம்பவும் தளர்ந்து போயிருந்தார்.

"பிணத்துக்கு எதுக்கு பேனு?" இப்படித்தான் கேட்டது நிர்வாகம், மாயாண்டி வேண்டுகோள் செய்தபோதெல்லாம்.

மின்விசிறி சடலத்துக்கு இல்லை, சடலம் அறுக்கும் ஊழியர் களுக்கான அடிப்படைத் தேவை என்பதுகூடப் புரியாத அரசு எந்திர நிர்வாகத்தோடு எப்படித்தான் மாரடிப்பது?

"சங்கரம்மா, பாடிய கட்டணும். காடாத் துணி எடு."

வெள்ளை காடாத் துணி மூணு மீட்டர் போதுமானதாக இருந்தது இந்தச் சிறுமிக்கு. கபாலத்தை முன்நெற்றியோடு சேர்த்துவைத்துக் கட்டினார். ஏற்கெனவே சிறுமியின் உடலிலிருந்த காயங்கள் தவிர, இந்தத் தையல் கோடும் விகாரமாகத் தெரிந்தது. கோணி ஊசியால் கழுத்திலிருந்து அடிவயிறு வரைக்கும் நேர்த்தியாகத் தோலை இழுத்துச் சேர்த்துக்கட்டித் தைத்தார் மாயாண்டி. கிழித்த உடம்பு என்று

தெரியாத மாதிரி, எல்லா ஓட்டை உடைசலும் ஒன்றாகத் தைக்கப் பட்டன. இடப்பக்கம், வலப்பக்கமாக முறிந்த தொடை, இடுப்பு எலும்புகளை சடக்கென்று முறித்து நேர்செய்து நீளமாக்கினார். இழுத்த இழுப்புக்கு வாகாக வந்தது சடலம்.

அடுக்கிக் கோர்த்து பூ கட்டுவது மாதிரி உறுப்புகளை உள்ளே திணித்து, ரொம்பவும் அழகியலோடு இலகுவாகத் தைத்து முடித்தார் மாயாண்டி.

உச்சி முதல் பாதம் வரை நீளமான வெள்ளைப் பொட்டலமானது சிறுமி சடலம். சிதைந்த யோனி, கசக்கிக் கடித்துக் குதறப்பட்ட குருத்து மார்பு என்று ஏதுமே வெளியே தெரியாத மாதிரி நேர்த்தியான பூங்கொத்து மாதிரி மாற்றியிருந்தார் மாயாண்டி.

“செண்ட்டு எடுத்தா சங்கரம்மா.”

டெட்டால் கிருமி நாசினி, யூகலிப்டஸ் எண்ணெய், வாசனைத் திரவியம் தெளித்தார். அழகான வெள்ளைச் சடலம் இப்போது கமகமத்தது. இதற்கு முன்பிருந்த நிலையில் அப்படியே கொடுத்தால், தொட்டுத் தூக்குவதற்குப் பெற்ற அம்மாகூடப் பயப்படுவாள்.

“ரவுசு, ஒரு கை தூக்கு.”

மாயாண்டி, சிறுமி சடலத்தின் கால் பாதம் பகுதியைத் தொட்டுக் கும்பிட்டார்.

“போய் வா தாயி. உன்னை அறுத்துச் சின்னா பின்னமாக்கினேன்னு எனக்குச் சாபம் குடுத்துடாதே. உன்னைக் குதறின நாய்களுக்குத் தண்டனை கெடைக்கட்டும். போய் வா தாயி!” கண்ணீர் பொங்கியது அவருக்கு.

“சிவாஜி கணேசனாட்டம் கண்ணால தண்ணி உடறியே தலைவா!”

மாயாண்டி கால் பகுதி, ரவுசு தலைப் பகுதி என்று தூக்கி வாசலுக்கு வந்து நின்றதுதான் தாமதம். உறவுக் கூட்டம் மொத்தமும் வாயில் வயிற்றில் அடித்துக்கொண்டு அழுதார்கள். கூக்குரலிட்டுக் கதறினார்கள். லபோ திபோ என்று ஆர்ப்பாட்டம் செய்து மண்வாரித் தூற்றினார்கள்.

“ராணி மாதிரி இருந்தாளே... இப்படி கோணில சுத்தின மாதிரி ஆயிட்டாளே... தறுதலைங்களா.”

மண் தரையில் புரண்டு அழுதாள் அந்த அம்மாள். மாயாண்டியிடம் வெள்ளந்தியாகக் கேட்டாள். “ஐயா ராசா... எம் மவளுக்கு வலிக்காமதான அறுத்தீங்க? அவ வலி தாங்கமாட்டா.”

மாயாண்டி தலையோடு காலாய் ஆடிப்போனார். “அம்மா தாயே... அவ பூ மாதிரி. அவளுக்கு வலிச்சிருக்காது தாயே” கையெடுத்துக் கும்பிட்டு அழுதார்.

“போஸ்ட் மார்ட்டம் ரிப்போர்ட்டு குடுத்தாத்தான் சடலத்தை வாங்கிப்போம்.”

உறவுக் கூட்டம் பிணக் கூராய்வு அறைவாசலிலேயே போராட்டக் குரல் எழுப்பினார்கள். தொலைக்காட்சி அலை வரிசைகள் நேரலையைத் துவங்கினார்கள்.

“டீன் எங்க? வரச் சொல்... வரச் சொல்.” கூட்டம் கொந்தளித்தது.

ஏசி அறையிலும் வியர்வை கொட்டியதைத் துடைத்த நிலையில் பதற்றமாக இருந்தார் டீன். தொலைபேசியில் யாருடனோ பேசியபடி தலையைத் தலையை ஆட்டினார்.

“சரி சார்... சரி சரி, அப்படியே செய்றேன். ரிப்போர்ட் இன்னமும் தாமதப்படுத்தினா கலவரம் ஆயிடுங்க சார். கை மீறிப்போயிடுச்சு. டி.எஸ்.பி வர்றாரா? அதுவரைக்கும் சமாளிக்கிறேன்... பொதுமக்கள், பிரஸ், டிவி எல்லாரும் இருக்காங்க. ஏடாகூடாமா ஏதாச்சும் ஆயிடும். சரி சரி நான் வெயிட் பண்றேன்.”

தொலைபேசியை வைத்து விட்டு நாற்காலியில் சரிந்தார். “டாக்டர் சரஸ்வதி, பெரிய இடத்து சமாச்சாரம். வெயிட் பண்ணுங்க. ஃபைனல் ரிப்போர்ட்டை முடிச்சிடாதீங்க.”

பிணக் கூராய்வு இறுதிக் குறிப்போடு வந்த மருத்துவர் சரஸ்வதியிடம் கண்டிப்பான குரலில் சொன்னார் டீன். அறையின் இறுக்கத்தையும் மீறி, டாக்டர் சரஸ்வதியின் வளைகாப்பு வளையல்கள் சப்தம் எழுப்பின.

★★★

தன் முயற்சியில் சற்றும் மனம் தளராத விக்கிரமாதித்தன், மரத்தில் ஏறி அதில் தொங்கிய உடலைக் கீழே வீழ்த்தினான். பின்னர் கீழேயிறங்கி அதைத் தோளில் தூக்கிக்கொண்டு மயானத்தை நோக்கிச் செல்கையில், வேதாளம் கேட்டது.

"மன்னா, இரவு பகலாக இவ்வாறு காட்டிலும் மேட்டிலும் நடுநிசியில் திரியும் உன்னைக் கண்டு பரிதாபமாக இருக்கிறது. நீ தேடும் பொருள் உனக்குக் கிடைக்க என் கேள்விக்குப் பதில் சொல்... தொலைபேசியின் அந்தப் பக்கத்தில் பேசியது யார்? ஏன் இறுதி அறிக்கையைத் தாமதப்படுத்தச் சொன்னார் டீன்?"

"அரசியல் தலையீடு என்று எல்லோரும் அறிந்த அந்த ரகசியத்தை நான் வெளிப்படையாகச் சொல்ல வேண்டுமா? பச்சைக் குழந்தைகூட இதற்குப் பதில் சொல்லுமே" என்றான். விக்கிரமாதித்தனின் சரியான பதிலினால் அவன் மௌனம் கலையவே, வேதாளம் தான் தங்கியிருந்த உடலுடன் பறந்துசென்று, மீண்டும் முருங்கை மரத்தில் ஏறிக்கொண்டது.

★ ★ ★

அத்தியாயம் 3

"அம்பேத்கர் நகர்னு பேரு வைக்கலாம். ஊருக்குப் பெரிய மனுசங்க இருக்கற எடத்துக்கு இப்படி பேரு வச்சுற முடியுதா? இன்னமும் ஊருக்கு வெளிலதான நிறுத்தி வச்சிருக்கோம் அம்பேத்கரை."

மாயாண்டி முகம் சிவுசிவுனு சிவந்தது.

"அதானே தலைவா? குப்பம் தாண்டி, சுடுகாடு தாண்டி காலனிக்குத்தான் அம்பேத்கரு பேரு வைக்கணுமா? ஊரு நடுவுல, கோயில் பக்கத்துல, பாட்டு டான்ஸு கச்சேரி நடக்கற எடத்துல, ஊரு பெரியவங்க இடத்துல அம்பேத்கரு பேரு வைக்கமுடியுதா?"

"உலகத்துக்கே தலைவராயிட்டாரு. உள்ளூர்ல இன்னமும் அவருக்கு உக்கார சமமா இடம் தரல. என்னய்யா ஊரு இது?"

மாறி மாறிப் பேச்சு கொதிநிலையை அடைந்து கொண்டிருந்தது. மருத்துவமனை கடைநிலைப் பணியாளர்கள் பத்துப்பதினைந்து பேர் சேர்ந்து வாங்கிய கையகல நிலம்.

அந்தந்த நிலத்தில் கட்டப்பட்டிருக்கும் விரலளவு வீடுகள். அந்தக் குடியிருப்புக்குப் பெயர் வைக்கத்தான் இத்தனை போராட்டம்

மாயாண்டி வீட்டில்தான் நண்பர்கள் கூட்டம். பக்கத்துத் தேநீர்க் கடையிலிருந்து மூணாவது ரவுண்டு சிங்கிள் டீ முடிந்துவிட்டது.

ரவுசுதான் ஓடி ஓடி டீ வாங்கி வருவதும், காலியான கண்ணாடி டம்ளரைத் திருப்பித் தருவதுமாகப் பரபரப்பாயிருந்தான்.

"இந்தா ரவுசு, எல்லாருக்கும் வடை தட்டிருக்கேன். இதையும் சேர்த்துக் குடு."

மாயாண்டி மகள் இதயா, சூடான வடையும் சட்னியும் தட்டில் வைத்துக் கொடுத்தாள்.

"பரவால்ல மாயாண்டி, காலேஜ் படிக்கற பொண்ணு, வடை சுடறதிலேயும் கெட்டியாத்தான் இருக்கா."

"ஆமா... ஆமா... அவ அம்மாக்காரி இப்படித்தான் நிமிஷமா வடை சுடுவா. இவ பொறந்ததும் அவ மவராசியாப் போய்ச் சேர்ந்துட்டா. ஆனா, ஜாடையாத் திரும்பி வந்துருக்கா அம்மாக்காரி" - எத்தனை வருஷம் கழித்து நினைத்தாலும், மனைவி நினைப்பில் மாயாண்டிக்குக் கண்ணீர் கசிந்தது.

800 சதுர அடி சொந்த நிலத்தில் கையகல வீடு கட்டி முடித்திருக்கிறார்கள். ஊருக்கு ஒதுக்குப்புறமாகச் சொந்தமாகக் கால் ஊன்றி நிற்கக் கொஞ்சம் நிலமும், கூரையாக வீடும் என்கிற கனவை 50 வயசுக்கு மேல்தான் நிறைவேற்ற முடிந்திருக்கிறது அவர்களால்.

வங்கிக் கடன் கிடைப்பதில் முட்டுக்கட்டை, கடனுக்கு ஷ்யூரிட்டி காட்ட சொத்து இல்லாதது, அது இது என்று இழுத்து இழுத்து, ஒருவழியாக ஒரு வருஷம் முன்னால்தான் பத்து பேரும் மொத்தமாகப் பதிவு செய்தார்கள். அதற்குப்பின் சட்டென்று ஊரடங்கு, லாக்டவுன் என்று எல்லாமே ஸ்தம்பித்துப் போனது.

ஊரடங்கு முடிந்ததும் இப்போது மறுபடியும் வேலைகள் ஆரம்பித்து, ஒருவழியாக வீடுகள் எழுந்து நிற்கின்றன. அதற்குள்ளாகக் குடும்பத்தின் மற்ற செலவுகள், சம்பள இழுபறி, மருத்துவச் செலவு என்று காரணமா வேண்டும் பணமுடைக்கு?

மூணாவது ரவுண்டு டீயை முடித்து, மாயாண்டி தலைமையில் பேச்சு பொறி பறந்தது.

"சரி, ஒரு முடிவுக்கு வாங்க தலைவா. வேலை தலைக்கு மேல கெடக்கு." - பழனி இருப்புக்கொள்ளாமல் தவித்தான்.

"அவனுங்க வைக்கலேங்கறதுக்காக நாம வைக்காம இருக்க முடியுமா? நம்ம எடத்துக்குப் புரட்சியாளர் பேரைத்தான் வைக்கணும். என்ன சொல்றீங்க எல்லாரும்?"

"நாம யாராச்சும் மறுப்பு சொல்லவா போறோம்? என்ன தலைவா நீ? ஆனா, ஊரு நடுவாந்தரத்துக்கும் தலைவரு பேரை வக்கணுமுட்டு ஒரு போராட்டம் நடத்தணும் தலைவா! இதுக்கு மேலயும் சும்மா இருந்தாக்கா ஒண்ணுமே கெடைக்காது தலைவா."

"சரி, பேர் பலகைக்குச் சொல்லிடறேன். ஒரு நல்ல நாளு பார்த்து வச்சுடலாம்." பழனி கிளம்புவதாக எழுந்தான்.

"போக்கத்தவனே... உசிரோட மூச்சு உடற நாளு எல்லாமே நல்ல நாளுதான். செத்துப்போயிட்டா, ஆயிரம் நல்ல நாளு வந்து என்ன பிரயோசனம்? கை கால் தெம்பா ஆடி ஓடறமா... அதான் நல்ல நாளு நல்ல நேரம்." மாயாண்டி சொன்ன நிதர்சனம், முகத்தில் அறைந்தது.

தம்ளர்களை எடுத்துச்செல்லும்போது போகிறபோக்கில் ரவுசு சொன்னான்.

"எல்லாம் இந்த நூல்காரங்கதானே பண்றது. எல்லாத்துக்கும் நல்ல நேரம் அது இதுன்னு... தலைவா, நீதான் கரெக்டு. மூச்சு உடற எல்லா நேரமும் நல்ல நேரம்தான்."

"ஆமாப்பா... நல்ல நேரம் நல்ல நாளுன்னு சொல்லிச் சொல்லியே சொரணை கெட்டுக் கிடக்குது ஜனம்பூரா. போகணுன்னா நல்ல நாளு, வரணுமின்னா நல்ல நாளு, பேண்டு மூத்திரம் போக நல்ல நாளு, ஒண்ணாப் படுக்க நல்ல நாளு... தாலியறுக்க நல்ல நாளு, பாத்து பாத்து ஆயிரம் வருஷம் எவனாவது உசிரோட இருந்திருக்கானுவளா? உசிர் போச்சுன்னா முகூர்த்த நாளு வரட்டுமுன்னு பொத்தி வக்கறோமா சடலத்தை?"

அத்தனை பேரும் ஒட்டு மொத்தமாகக் கை தட்டினார்கள்.

"அதான் நம்ம தலைவரோட தெகிரியம். சரி கௌம்பறேன். ஞாயித்துக்கிழமை கறி எடுத்திருந்தேன். போயி சாப்டு கொஞ்சம் அக்கடான்னு கட்டையச் சாத்தணும்."

சங்கரம்மா சேலையை உதறினாள். "இதயா, வர்றேங் கண்ணு."

"பெரிய வேலை முடிச்சுட்டீங்க அத்தே... பாயசம் வச்சுக் குடுங்க."

"அடீ என் செல்லம். உனக்கில்லாத பாயசமா? எம் புள்ள இந்நேரம் இருந்தா, உன்னை மவராசிய்யா மருமவளா ஆக்கியிருப்பேன். எவனுக்குக் குடுத்து வச்சிருக்கோ... நல்ல பொண்ணு."

முகத்தில் பெருமிதமும் சிரிப்பும் தெரிந்தது சங்கரம்மாவுக்கு.

அடிமட்டத்து ஆட்களுக்கு ஒரு செங்கல் வாங்குவதும், ஒரு பிடிமண் வாங்குவதும், ஒரே வீடு வாங்குவதும் குட்டிக்கரணம் போட்டால்தானே நடக்கும்?

"எல்லாரும் ஒரே நாளுல குடிபோயிடணும். எல்லாருமா சேர்ந்து பொது விருந்து ஏற்பாடு பண்ணிடலாம். ஒரே செலவாப் போயிடும். சரியா?"

உற்சாகக் குரலில் சொன்னான் பழனி.

"நிச்சயமா பழனி. இதுமாதிரி பொதுப்பந்தி நடத்துறது நல்லதுன்னு எத்தினி தரம் பேசியிருக்கேன். அம்பேத்கரு பெரியாரு சொன்னதுதானே... அப்படியே செஞ்சுரலாம் பழனி."

ரவுசு வெள்ளந்தியாகக் கேட்டான். "அப்ப பூஜைக்கு ஐயருங்க வேணாமா தலைவா? நீங்களே பொறுப்பெடுத்து பண்ணிடறீங்களா?"

"நாம எல்லாருமா சேர்ந்து பேர் பலகை வச்சுடலாம். பறை அடிச்சுக் கொண்டாடலாம். பூஜைக்கு அவங்களைக் கூப்பிட்டா, பறை அடிச்சதும் தெறிச்சு ஓடிருவாங்க. அம்பேத்கர்னா அலர்ஜி, பறை அலர்ஜி, கவுச்சின்னா அலர்ஜி, புதுமைன்னா அலர்ஜி, சமத்துவம் சமத்துவம்னாக்கூட அலர்ஜிதான்."

மாயாண்டியின் தொழிற்சங்கக் குரல் தெளிவாக உரக்கப் பேசியது உண்மைகளை.

"ஆமா, இதெல்லாம் திங்காம பாலும் மோரும் தின்னாக்க மட்டும் அவிங்க குசு சந்தனமாவா மணக்குது? அவங்களுக்கும் ரத்தம் அதே செவப்புதான். செத்தா அவனுங்க உசிரும் எங்கே போகுதுன்னு யாருக்குமே தெரியாது. சொல்லிக்க வேண்டியதுதான், சொர்க்க வாசல் தொறந்துச்சு, ஊர்வசி ரம்பைல்லாம் ஊர்வலமா வந்தாங்க. தேர்ல அழைச்சுட்டுப் போனாங்க... இது அதுன்னு."

பழனியின் குரலில் தெரிந்த நியாயத் துடிப்பு, மாயாண்டிக்குப் பெருமையாக இருந்தது.

"நீ பெரிய ஆளா வருவடா தம்பி. புட்டுப் புட்டு வைக்கறே நியாயத்தை. எனக்கப்புறம் நமக்காகக் குரல் கொடுக்க நீதான் சரியான ஆளு. நல்லவேளை, இந்த வயசுலயே உனக்குச் சொந்த வீடு அமையுது. உதயா அம்மாக்குக் கனவா இருந்துச்சு. சொந்த வீடு கட்டிக்குடுன்னு கேட்டு வருஷம் இருபத்தஞ்சாச்சு. அதுவும் போய்ச் சேந்து வருஷம் இருபத்தஞ்சாச்சு. ஏதோ நம்ம புள்ளைங்க காலத்துல சொந்த வீட்டுல இருக்கோமேன்னு நிம்மதி."

பழைய நினைவுகள் துரத்தியதும் கண்கலங்கினார் மாயாண்டி.

உதயா அம்மா சந்தனம் எப்போதும் சொன்னது இதுதான்.

"கல்யாணத்தப்ப பெரியாஸ்பத்திரில வேலைன்னீங்க. ஆஸ்பத்திரி பையன் ஏதாச்சும் நோய்நொடி இருக்கப் போவுதுன்னு ஊரே பயந்துச்சு. நான்தான் பிடிவாதமா உன்னைக் கட்டிக்கட்டேன். அந்த வார்த்தைக்காச்சும் சொந்த வீடு கட்டிக் குடுய்யா."

தினம் தினம் இந்தக் கனவுதான். ஆனால், தலைகீழாய் நின்னு தண்ணி குடிப்பது மாதிரி முடியாமலே போயிற்று.

அவள் உயிரோடு இருக்கும் வரைக்கும் வாடகைக் குச்சு வீடு. அந்த வீட்டிலே வைத்துதான் அவளை வழியனுப்ப வேண்டியிருந்தது.

"நாம ஒண்ணும் கலக்டரு உத்தியோகம் பாக்கலியே. இப்பவும் நம்ம சம்பளம் தொட்டுக்கோ தொடைச்சுக்கோன்னுதானே கெடைக்குது. பொணம் அறுக்கற ஆளுங்களுக்கு என்ன மருவாதி இங்க?"

காலியான தட்டுகளை எடுத்த இதயா, அக்கறையான குரலில் சொன்னாள்.

"நமக்கு என்னப்பா கொறைச்சலு? மொத தலைமுறை பட்டதாரிங்க நாங்க. படிக்க வச்சுட்டே. இனிமே நாங்க கால் ஊனி நின்னுடுவோம்."

வறுமை வாழ்க்கையிலும், நம்பிக்கைக்கும் கனவுக்கும் குறைச்சல் இல்லாத இளைய தலைமுறையாக இருந்தாள் இதயா.

சங்கரம்மா வாயில் அதக்கியிருந்த வெற்றிலை புகையிலையைப் பின்பக்கமாகப் போய்த் துப்பிவிட்டு வந்தாள்.

"முக்கி முனகி உதயாவ என்ஜினீயரு படிக்க வச்சாச்சு. தம்பி ஒரு வேலைக்குப் போயி சம்பாதிக்க ஆரம்பிச்சான்னா, மாயாண்டி தலை நிமிர்ந்துடலாம். பொண்டாட்டி செத்தப்ப அவனுக்கு வயசு வெறும் முப்பதுதான். ரெண்டு பச்ச புள்ளைங்க காலைச் சுத்துதுங்க. ஊரு ஜனமே சொல்லுச்சு இன்னொரு கல்யாணம் கட்டிக்கச் சொல்லி ...ம்ஹூம்... இதோ, இந்த நேரம் வரைக்கும் மாயாண்டி வேற சேலைக்காரிட்ட மயங்கணுமே... ஒண்ணுமேயில்ல. ஒரு தவம் பண்ற மாதிரிதான் பசங்களை வளர்த்து ஆளாக்கிருக்கு."

சுவரில் மாட்டியிருந்த சந்தனத்தின் புகைப்படத்தைத் தொட்டுக் கும்பிட்டாள் சங்கரம்மா.

"உனக்கு ஏதாச்சும் வேலை கெடைக்கற மாதிரி இருக்கா தம்பி?"

“எங்க கெடைக்குது அத்தே? எங்க இன்டர்வியூ போனாலும் மொத கேள்வி, அப்பா என்ன பண்றாரு? ஆஸ்பத்திரில பொணம் அறுக்கறாரு அப்படீன்னா, உடனே பேச்சு மூச்சே இல்லாமல் போயுருது. பேய் அடிச்ச மாதிரி ஆயிடறானுவ. வேண்டா வெறுப்பா ரெண்டு கேள்வி கேட்டுட்டு, சரி நீ போ அப்படீன்றாங்க. வெரட்டி உடறாங்க. அப்பனை மாதிரி நானும் கருப்புத் தோலு, அழுக்கு மூஞ்சி. எவனுக்குமே ஆகல...”

இத்தனை நேரமும் நண்பர்களோடு அலைபேசியை மேய்ந்து கொண்டிருந்த உதயா, மனசு உடைந்துபோய்ப் பேசினான்.

★★★

தன் முயற்சியில் சற்றும் மனம் தளராத விக்கிரமாதித்தன், மரத்தில் ஏறி அதில் தொங்கிய உடலைக் கீழே வீழ்த்தினான். பின்னர் கீழேயிறங்கி அதைத் தோளில் தூக்கிக்கொண்டு மயானத்தை நோக்கிச் செல்கையில், வேதாளம் கேட்டது.

“மன்னா, இரவு பகலாக இவ்வாறு காட்டிலும் மேட்டிலும் நடுநிசியில் திரியும் உன்னைக் கண்டு பரிதாபமாக இருக்கிறது. நீ தேடும் பொருள் உனக்குக் கிடைக்க என் கேள்விக்குப் பதில் சொல்... அம்பேத்கர் நகர் என்று நகரின் முக்கியஸ்தர்கள் வசிக்கும் பகுதிக்குப் பெயர் வைக்க முடியுமா? அம்பேத்கரை ஜாதித்தலைவராக மட்டுமே பார்க்கும் நிலையை இன்னும் நூறு ஆண்டுகளுக்குள்ளாவது மாற்ற முடியுமா?”

“முடியாது என்று எல்லோரும் அறிந்த அந்த ரகசியத்தை நான் வெளிப்படையாகச் சொல்ல வேண்டுமா? பச்சைக் குழந்தைகூட இதற்குப் பதில் சொல்லுமே” என்றான். விக்கிரமாதித்தனின் சரியான பதிலினால் அவன் மௌனம் கலையவே, வேதாளம் தான் தங்கியிருந்த உடலுடன் பறந்துசென்று, மீண்டும் முருங்கை மரத்தில் ஏறிக்கொண்டது.

★★★

அத்தியாயம் 4

“செவப்புத் தோலு ஆளுங்களைத்தான் நம்புவோம். வேலை குடுப்போம்னா என்ன பண்றது? ஆட்டோ ஓட்டலாம். இல்லன்னா, டீக்கடை, பக்கோடா கடை போட வேண்டியது தான் அத்தே.”

வெளித்தோற்றம் என்னும் ஜிகினாவை மட்டுமே மதிக்கும் சமூகத்தை என்ன செய்வது? ஒன்றுமே செய்ய முடியவில்லையே என்கிற ஆங்காரம் அவனுக்கு.

உதயா என்கிற உதயசூரியன் வழக்கம்போலப் புலம்பினான். அவன் கவலை அவனுக்கான நியாயம் எல்லாம் சரிதானே?

“உங் கையால போடற டீயும் பக்கோடாவும் தொட்டு வாங்க மாட்டோம், திங்க மாட்டோம்னு சொல்றதுக்கு ஊர்ல ஆளுங்க இருக்காங்க அண்ணே. பக்கோடா கனவு கண்டுட்டு கிடக்காதே” இதயா கிண்டல் செய்தாள் அண்ணனை. அதன் நிஜம் சுடத்தான் செய்தது.

“நீ வேற ரவுசு பண்ணிட்டு... ச்சீ போ” என்றவன் சட்டென்று நினைவு வந்து கேட்டான்.

“ஆமா, நீயும் ரவுசும் நேத்து மால்ல சுத்தினதா என் ஃபிரெண்ட்ஸு சொன்னாங்க. ஓம்போதுகூட ஏண்டி சுத்தறே?”

“ரவுசுகூடச் சுத்தக் கூடாதுன்னு சட்டமா? நல்ல மனசு ரவுசுக்கு.”

“அவன் பொட்டை. ரெண்டுங்கெட்டானா ஏதாச்சும் ஏடாகூடம் செஞ்சிடுவானுக ஜாக்கிரதை.”

“சும்மா இரு உதயா. ரவுசு நல்லவன்தான். அவனுக்குத் தெரிஞ்சா வருத்தப்படுவான்.”

மாயாண்டி கண்டித்துச் சொன்னாலும், முணுமுணுவென்றிருந்தான் உதயா.

“சரி, அடுத்த வாரம் சொந்த ஊடு குடி போவணும். சட்டி பானையெல்லாம் மூட்டை கட்டணும். கூடமாட கைகுடு அண்ணே... நீ பாட்டுக்கு ஃபிரெண்ட்ஸோட ஊரு சுத்தப் போயிடாதே.”

“ஆமா, பெரிய அம்பானி வீடு. இருவது மாடிக்கு சட்டி சாமான் கெடக்கு. அள்ளிட்டுப் போக ஆளு தேடறீங்களா? ஆளுக்கு ரெண்டு சட்டியக் கையில தூக்கினாலே ஊடு காலியாயிடும். வந்துட்டா வளைச்சு வளைச்சுப் பேச. முன்னயும் போகவிடாம, இருக்கவும் வுடாம கருமம் தொரத்தித் தொரத்தி அடிக்கற மாதிரி எதுக்கு என்னைப் பெக்கணும்? நான் பொறந்து என்ன வாழுது இப்பவரைக்கும்? கருமாந்திரப் பொறப்பு குடுத்துட்டு, ஆயிரம் நக்கல் பண்றீங்களா எல்லாரும். உண்டு இல்லேன்னு பண்ணிடுவேன் ஜாக்கிரதை!”

படிக்கவும் படித்து உழைக்கவும் உடம்பில் வலு இருக்கிறது. ஆனால், எங்கே போனாலும் வாய்ப்பு மறுக்கப்படும் சூழலில் எத்தனை தான் முட்டி மோதுவான் உதயா? அவன் மட்டுமா? ஆத்திரத்தில் உதயசூரியன் வார்த்தைகள் வெப்பமாகவே இருந்தன. இன்றைய நாட்டு நடப்பில் இயலாமையில் தவிக்கும் இளைஞர்களின் கொந்தளிப்பாகத் தான் உதயசூரியனும் இருந்தான்.

“அவனவன் பவுசு அவனவனுக்கு. நம்ம மூச்சுக் காத்துதான் நமக்குச் சொந்தம் உதயா. மத்தவன் மூச்சுல நம்ம உசிரு தங்குமா? பொறுமையா இருப்பா. நல்லது நடக்காமலா போயிடும்?”

“ஆமா... ஆமா... நமக்கு நல்லது எப்ப நடக்குது? டொக்கு விழுற சமயத்துல செப்பு சாமான் மாதிரி வீடு அமையுது. உங்களவு பொறுமையெல்லாம் எனக்குக் கிடையாதுப்பா. சொடக்கு போட்ட மாதிரி எல்லாமே நடக்கணும் எனக்கு.”

சொடக்குப் போட்டதில் தெரிந்தது உதயாவின் கோபம். கூட இருந்த நண்பர்களும் தூபம் போட்டார்கள்.

“ஆமா அங்கிள்... காலம் காலமா ஓடாத் தேயறீங்க நீங்க, எங்க அப்பா எல்லாரும். ஒத்தை பைசாவுக்குப் பிரயோஜனம் உண்டா? கத்தரிக்கா வாங்கி விக்கறவன்கூட கண்ணு முன்னால ஜெயிக்கறான். நீங்க எல்லாரும் கவர்மெண்ட் உத்தியோகம்னு கத்தி புடிச்சு பொணம் அறுத்து அறுத்து என்ன மரியாதை கெடைச்சது? எங்க போனாலும் பக்கத்துல வராதே, தள்ளி நில்லு, தொடாதே, நாத்தம் புடிச்ச ஜனங்க.

இப்படித்தானே சொல்றாங்க. எந்தப் பக்கம் போனாலும் கௌம்பு கௌம்புன்னு வெரட்டறாங்க. மனுஷப் பயங்கற மருவாதிகூட இல்ல. மூச்சுக் காத்துகூட இல்லாம சாகப் பொழைக்கக் கெடக்கறோம். நமக்காகப் பரிஞ்சு பேச ஒரு நாதியும் இல்ல. படிச்ச சர்ட்டிபிகேட்ட வச்சு பீதான் வழிக்கணும்."

உச்சக் குரலில் கத்தினான் உதயா. "ஏம்ப்பா தெரியாமத்தான் கேக்கறேன். என்னை ஏம்ப்பா பெத்த? நல்ல பேரு இல்ல. நல்ல சாதி இல்ல. நல்ல பவுசு இல்ல. நல்ல ஒறவு ஜனம் இல்ல. நல்ல வீடு வாசல் எதுவுமே இல்ல. கடேசி வரைக்கும் பாச்சா மாதிரி கெடக்கறதுக்கு நானு செத்தே போயிடலாம். பெத்துக்கோ பெத்துக்கோன்னு நான் கெஞ்சினேனா உன்ன?"

கொதிநிலையில் வார்த்தைகள் வெடித்தன. அத்தனை ஜனங்களும் அதிர்ச்சியோடு பார்க்க, ஆற்றாமை, கையாலாகாத்தன்மை, சமூகத்தின் புறக்கணிப்பு எல்லாமாகத் தறிகெட்டுப் பேசவைத்தன உதயாவை. நண்பர்கள் கூடிநின்ற குழு மனப்பான்மையில் உடம்பு தினவெடுக்க, கோபமும் தினவெடுத்தது.

பாய்ந்து வந்தாள் இதயா. பளாரென்று அண்ணனை அறைந்தாள்.

"டேய் என்ன? அப்பனையே எளக்காரமாப் பேசற? மட்டு மருவாதி வேணாமா? தடிமாடு மாதிரி வளர்ந்தா போறாது. நாலு காசு சம்பாரிக்கத் துப்பில்ல. உன் வயசுல அப்பா டெம்பரரியா வேலைக்குப் போயி சம்பாதிக்க ஆரம்பிச்சவருடா. இத்தினி வயசுக்கு அந்தாளு அவதி அவதின்னு ஓடறாரு. நெதமும் ரத்தம் பொணம் பாத்துட்டுப் பைத்தியம் புடிச்சி சட்டையக் கிழிச்சுக்காம வர்றாரு. அதுக்கு மருவாதி இல்ல. ஏன் பெத்தேன்னு கேக்க."

பளார் பளாரென்று உதயாவின் கன்னத்தில் அறைந்தாள்.

சங்கரம்மா மற்ற நண்பர்களைப் பார்த்துக் காறித் துப்பினாள். "ஏம்ப்பா... அவன்தான் வெறிபுடிச்சிப் பேசறான். நீங்க வேடிக்கை பார்க்கறீங்க மரமாட்டம்? நவுத்திக் கூட்டிட்டுப் போங்க."

"ஏய் கெழவி, நீ பொத்திட்டுக் கெட" உதயா சங்கரம்மாவின் கையை அழுத்தி இழுத்து கீழே தள்ளிவிட்டான்.

"ஏ பாவி... அத்தைய தள்ளிவுடறியே பாவி. இதுக்கு மேலே கை வச்சே கொலை விழும் பாத்துக்கோ."

இதயா எச்சரித்தாள். ஓடிப்போய் சங்கரம்மாவைத் தூக்கினாள். அக்கம்பக்கத்து வீட்டிலிருந்தவர்கள் ஓடிவந்தார்கள்.

“டேய், என்னடா பொழப்பு இது? வயசானவங்களைத் தள்ளிவுடற. ஒண்ணு கெடக்க ஒண்ணு ஆயிடுச்சுன்னா என்னாவறது? த்தூ… நீயெல்லாம் ஒரு புள்ளையாக்கும்.” - பைக்கிலிருந்து இறங்கி பழனி ஓடிவந்தான்.

“டேய்… நீ யாரு இதுல பஞ்சாயத்து? நானு யாரை வேணா அடிப்பேன், தள்ளிவிடுவேன். கொலைகூடப் பண்ணுவேன். நீ என்ன நாட்டாமை? போடா பொணம் அறுக்கறவனே.”

பழனியின் கழுத்தில் கைவைத்து வெளியே தள்ளினான் உதயா. அப்படியே பைக் மீது கவிழ்ந்தான் பழனி. பைக்கோடு சேர்ந்து கீழே விழுந்தான்.

“தலைவா, வேடிக்கை பாக்கறியா தலைவா?”

கத்தினான் பழனி. ஓடிப்போய்த் தூக்கிவிட்டான் ரவுசு.

“போடா பொட்டை. இனிமே இங்க பார்த்தா, பொலி போட்டுருவேன். உசிரைக் காப்பாத்திட்டு ஓடு.”

ரவுசு பிறப்பு உறுப்பைக் குறிபார்த்து உதைத்தான். வலி தாங்காமல் துடித்த ரவுசு, சிராய்ப்புக் காயங்களோடு பழனி, கன்றிப்போன கையோடு சங்கரம்மா இப்படி ரசாபாசமாக மாறியது அந்தச் சூழல்.

“அதான்டா உன்னை நாறப்பய அப்படிங்கறாங்க. படிச்சவன் மாதிரியா நடந்துக்கற. உங்கப்பனைப் பாரு… ஊரு ஜனம் முன்னாடி பெரிய மனுஷனா நிமிந்து நிக்கறாரு. அந்த மரியாதைய சம்பாதிக்கப் பாருடா. காசு பணமா முக்கியம்? திருடன்கூடத்தான் காசு பணம் வச்சிருப்பான். நல்ல மனுஷனா இரு… அப்பத்தான் செத்துப்போன உக்கம்மா மனசு குளிரும்.”

சங்கரம்மா கண்ணில் நீர் வழிந்தது. “ஐயோ… நானு எடுத்து வளர்த்த பையன், இப்படி வம்புக்காரனா வளர்ந்து நிக்கறானே… இதைப் பாக்க வேணாமின்னுதான் சந்தனம் போய்ச் சேர்ந்துட்டா சின்ன வயசுல. தாயா தெய்வமா இருந்து மவனுக்கு நல்ல புத்தி குடு சாமி.”

சந்தனத்தின் புகைப்படத்தைப் பார்த்துக் கும்பிட்டாள் சங்கரம்மா.

“ஏ கெளவி நடிக்காதே… கம்முனு கெட. என்ன வீம்பு கண்ட எங்கிட்ட? என்ன தப்பு பண்ணிட்டேன் நானு? ம்…” நாக்கைத் துருத்திக்கொண்டு முட்டியை உயர்த்தி சங்கரம்மா, முதுகில் கைவைத்துக் கீழே தள்ளினான் உதயா. காலால் எட்டி உதைத்தான்.

அதிர்ந்துபோன எல்லாரும், "அறிவுகெட்ட நாயே... என்னடா பண்றே?" என்றபடி அவனைப் பிடிக்கப் பாய்ந்தார்கள். ரசாபாசமானது சகலமும்.

"கொன்னுடுவேன்... யாராச்சும் பக்கத்துல வந்தா சங்கை அறுத்துடுவேன்."

சமையலறை அரிவாள்மனையைக் கையில் தூக்கி மிரட்ட, மயங்கிச் சரிந்தாள் சங்கரம்மா.

* * *

தன் முயற்சியில் சற்றும் மனம் தளராத விக்கிரமாதித்தன், மரத்தில் ஏறி அதில் தொங்கிய உடலைக் கீழே வீழ்த்தினான். பின்னர் கீழேயிறங்கி அதைத் தோளில் தூக்கிக்கொண்டு மயானத்தை நோக்கிச் செல்கையில், வேதாளம் கேட்டது.

"மன்னா, இரவு பகலாக இவ்வாறு காட்டிலும் மேட்டிலும் நடுநிசியில் திரியும் உன்னைக் கண்டு பரிதாபமாக இருக்கிறது. நீ தேடும் பொருள் உனக்குக் கிடைக்க என் கேள்விக்குப் பதில் சொல்... உதயாவின் சமூகக் கோபம், எங்கே திரும்பினாலும் அவனுக்கு நேரும் சமூக மறுதலிப்பு, மனிதனை மனிதனாக மதிக்காமல் இழிவு செய்யும் சமூக மனோபாவம், வெள்ளைத் தோலுக்கான கவுரவம், உழைக்கும் மக்களுக்கான அவமதிப்பு... இத்தனையும் குறித்து உதயாவின் ஆங்காரம், ரவுத்ரம் நியாயமானதுதானா?"

"நியாயமானதுதான் என்று எல்லோரும் அறிந்த அந்த ரகசியத்தை நான் வெளிப்படையாகச் சொல்ல வேண்டுமா? பச்சைக் குழந்தைகூட இதற்குப் பதில் சொல்லுமே" என்றான். விக்கிரமாதித்தனின் சரியான பதிலினால் அவன் மௌனம் கலையவே, வேதாளம் தான் தங்கியிருந்த உடலுடன் பறந்துசென்று, மீண்டும் முருங்கை மரத்தில் ஏறிக்கொண்டது.

* * *

அத்தியாயம் 5

“எங்களுக்கு ரத்த வாசம் மரத்துப் போவும். பொண வாசம் மரத்துப் போவும். கோயில் பூசாரிக்குச் சாம்பிராணி வாசம் மரத்துப் போவும். பூக்காரங்களுக்குப் பூவாசம் மரத்துப் போவும்.”

மாயாண்டி ஒவ்வொரு சடலமாக நகர்ந்துகொண்டே சொன்னார். மூக்கில் வாயில் மாஸ்க் போட்டிருந்தாலும்கூட அதை மீறிய நாற்றக் கிடங்காக இருந்தது அந்த இடம். தாங்கவே முடியாத குமட்டல், நாட்பட்ட பிணங்களின் அழுகல் நாற்றம், மின்சாரம் துண்டிக்கப்பட்டு, குளிர்ப்பதனம் இல்லாமல் அடுக்கப்பட்டிருந்த சவக்கிடங்கு பிணங்களின் நாற்றம், டெட்டால் நாற்றம் என்பதான பிணவறைக் கிடங்கின் உள்ளே எந்தவிதமான மனத்தடையும் இல்லாமல் இயல்பாகச் சடலங்களுக்கு அருகே நடந்துபோனார்.

கூடவே நின்றிருந்த கமலா முகம் வெளிறியது. வியர்த்துக் கொட்டியது. இந்த மாதிரியான ஓர் அறையைக் கனவிலும் நினைத்துப் பார்த்திராத அதிர்ச்சியில் தலைசுற்றியது. கை கால் வெலவெலத்துப் போய், அந்த இரும்பு அலமாரியைக் கைத்தாங்கலாய்ப் பிடித்துக் கொண்டாள்.

“வாங்கம்மா, உள்ளே வாங்க” விருந்தினரை வீட்டுக்குள் அழைப்பது மாதிரி வரவேற்றார் மாயாண்டி. அந்தப் பெண்மணி வாழ்க்கையின் உச்சபட்ச அதிர்ச்சியோடு கண்கள் தெறித்து வெளியே விழுந்துவிடுவது போலப் பரிதவித்திருந்தாள். பயந்துமிருந்தாள்.

அது பிணவறைக் கிடங்கு. மார்ச்சுவரி அறை. அடையாளம் காணப்படாத சடலங்கள், உறவினர்களால் உரிமை கொண்டாடப்படாத சடலங்கள், ரயில், சாலை விபத்தில் அடிபட்டு உயிர்போய், அடையாளமற்றுப் போன சடலங்கள் எல்லாமே இரும்புக் கிராதியில் ஒவ்வொன்றாக அடுக்கி வைக்கப்பட்டிருந்தன. கன்னங்கரேலென்று அடுப்புக் கரி மாதிரி கருத்து உருக்குலைந்து போயிருந்தன சடலங்கள். மனித உடலுக்கான மென்மையான தோல், தலைமுடி, உடம்பு எல்லாமே விறைத்துப் போயிருந்தன. எந்தவிதமான தனிப்பட்ட

அங்க அடையாளமும் கண்டுபிடிக்க முடியாத மாதிரி அச்சு அசலாக ஒரே மாதிரி கரிக்கட்டையாக மாறியிருந்தன அத்தனை சடலங்களும்.

"உங்கம்மா யாருன்னு வந்து பாருங்கம்மா. அங்கேயே நின்னா எப்படி?"

நாற்றம், இருட்டு, குமட்டல், பயம், அழுத்தம், இறுக்கம், எதையுமே பொருட்படுத்தாமல் அவள் உள்ளே நுழைய எத்தனித்தாள். உடம்பு தலையோடு காலாக விதிர் விதிர்த்துப்போனது. ரத்தம் சில்லிட்டுப்போனது. தலையோடு காலாக வியர்த்துக் கொட்டியது. நடுங்கியது உடல், கால் நகர மறுத்தது. அடுத்த அடி எடுத்துவைக்க முடியவில்லை, தலைசுற்றியது. பிடிமானத்துக்காக இரும்பு அலமாரியின் கரத்தைப் பிடிக்கையில், ஏதோ ஒரு சடலத்தின் மீது கைபட்டது. நெருப்பைத் தொட்ட மாதிரி சுரீரென்று மின்னல் வெட்டியது. நடுங்கியே போனாள். சுருங்கிப்போய், கருத்துப்போய், விறைத்துப்போய் உருமாறியிருக்கும் சடலத்தைத் தொடுவது சாதாரண விஷயம் இல்லைதானே?

"நாத்தம்னு நெனைக்காதீங்க. பயப்படாம வாங்க. எனக்கு வேற சோலி இருக்கு. சீக்கிரம் வந்து தேடிப் பாருங்கம்மா."

"எனக்கு முடியல, தலைசுத்தி மயக்கமா வருது. எங்கம்மா இங்கயா இருக்காங்க? வேணாம்... நா வெளில போறேன்."

"உங்க சீட்டு குடுங்கம்மா, நானே பாக்கறேன்."

கமலா கையில் கசங்கிப்போயிருந்த தாளை மாயாண்டியிடம் கொடுத்தாள்.

MORTUARY LABEL NAME : RANGANAYAKI 70/F

GUARDIAN NAME: C/O CHANDRASEKARAN

ADDRESS: MYLAPORE SAIBABA COLONY

RELIGION: HINDU

ADMITTED ON 3/4/20 AT 8:20 PM

RECEIVED AT 8:30 PM

WARD NO : 72 BED NO 15

DIED ON :3/4/20 5:30 PM

DISEASE: ACCUTE PULMORY EDEMA

MEDICAL OFFICER: DR.KUMAR HAVE

RELATIVE BEEN INFORMED: NO ATTENDERS
TO BE ATTACHED TO THE BODY SIGNATURE OF MEDICAL OFFICER

இந்தத் துண்டுச்சீட்டுப் பிரதியைக் கையில் பிடித்து, டார்ச்லைட் வெளிச்சத்தில் கண்ணை ஓட்டினார் மாயாண்டி. ஒவ்வொரு சடலமாகக் குனிந்து நிமிர்ந்து தேடுவதற்குள் அவருக்கும் தலைசுற்றியது.இருட்டு, நாற்றம், மனஅழுத்தம் எல்லாமாகச் சேர்ந்து கொஞ்சம் கீழே விழப் பார்த்தவர், கம்பியைப் பிடித்துக்கொண்டு நின்று மூச்சிழுத்து ஆசுவாசமானார்.

“சீட்டு பின்னாடி ஏதோ எழுதிருக்கு பாருங்க” கமலா பரிதவித்தாள்.

“வேறென்ன எழுதிருக்கும்? வழக்கமான டீடெய்லுதான்.”

Non paying No jwels Death certified Body packed in rent to mortuary No attenders

“இங்க அடுக்கி வச்சிருக்கறதே அனாதைப் பொணம்தானே? அதத்தான் எளுதிருக்காங்க.”

“இவ்ளோ இருட்டா இருக்கே... கரண்ட் கெடையாதா?”

“இது ஏசி ரூம்தான். ரெண்டு நாளா ஏசி ரிப்பேர். சடலம்லாம் அழுக ஆரம்பிச்சாச்சு. பொண நாத்தம் ஆஸ்பத்திரியவே நாறடிக்குது. எல்லாத்தையும் வாரி அள்ளிட்டுப் போயி மொத்தமா பொதைக்கலேன்னா கஷ்டம். நாத்தம் தாங்கமுடியாம நாமகூடப் பொணமாயிடுவோம்.”

“ரிப்பேர் பண்ணலாமே...”

“பொணத்துக்கு ஏசி இல்ல, லைட் இல்லன்னு தெரியவா போகுதுன்னு கேள்வி கேக்கறாங்க. நோட் போட்டு அனுப்பி ரெண்டு நாளாகுது. கவர்மென்டுல எல்லாம் அப்ரூவல் மெதுவாத்தானே நடக்கும். ஹெட் டாக்டர், டீனு, ஏ.ஓ.ன்னு ஃபைலு போக நல்ல நாள்லயே ஒரு வாரமாகும். இப்ப கொரோனா வேற. ஸ்டாப்பு ரொம்ப குறைச்சல்.”

அந்த அறையில் சுற்றிலும் சுவர் ஓரமாக, குறுக்காக என்று அடுக்கப்பட்ட இரும்பு அலமாரிகளில் சடலங்கள், சடலங்கள், சடலங்கள்தான். மூன்று வேளை சோறு, காஃபி, டீ, மருந்து, மாத்திரை என்று சாப்பிட்டு வளர்த்த உடல்கள். பட்டு, சில்க் என்று பண்டிகைக்கெல்லாம் உடுத்தி அழகு பார்த்த உடல்கள் இரும்பு அடுக்குகளில் கிடத்தப்பட்டிருந்தன.

பெண் உடலுக்கும் வெட்கமில்லை. ஆண் உடலுக்கும் வழக்கம் போல வெட்கமில்லை என்பதாக சடலங்களின் கிடங்காக இருந்தது அந்த அறை.

கமலாவுக்கு நிற்க முடியவில்லை. கண்கள் இருள ஆரம்பித்தன. கறுப்புக் கட்டைகளாகக் கிடந்த சடலங்களின் காலில் கட்டப்பட்டிருந்தன பிணக் கிடங்கு அட்டைகள். அதை வாசித்தால்தான் யார் சடலம் என்று அடையாளம் தெரியும். அட்டை இல்லையென்றால் எல்லாச் சடலங்களும் ஒரே மாதிரிதான். விறைத்துப் போனதாக, அடையாளமே இல்லாமல் மாறிப்போனதாக இருந்தன. ஆண், பெண், பணக்காரன், ஏழை, படித்தவன், படிக்காதவன், உயர்சாதி, கீழ்சாதி, கறி தின்பவன், கறி தின்னாதவன் எல்லாப் பாகுபாடும் நொறுங்கிப்போன இடமாக இருந்தது அந்தக் கிடங்கு.

"தேடியும் சில சமயம் கெடைக்காது. டிஸ்போஸ் பண்ணி யிருப்போம். உங்க லக்கு தேடிப் பார்த்துடுவோம்."

கொஞ்சம் நிதானித்துத் தேட ஆரம்பித்தார். மாயாண்டி.

"பொண்ணு இருக்கீங்க. அனாதைப் பொணமுன்னு ஏன் இங்க கொண்டுவந்து போட்டாங்க?"

"அண்ணியும் அண்ணனும் பண்ண அட்டூழியம். நானு அஸ்ஸாம்ல இருந்தேன். தகவல் சொல்லல. ஜிஎச்ல சேர்த்து, அனாதையாப் போற மாதிரி துரோகம் பண்ணிட்டான். லாக்டவுனு இல்லேன்னா நானு அம்மாவ எப்பவோ வந்து பார்த்திருப்பேன்."

சோகத்தில் கண்ணீர் வழியத் திக்கி, மூச்சடைக்கத் திணறினாள் கமலா.

"ப்ச்... ஒவ்வொருத்தருக்கு ஒரு கதை"

மாயாண்டி நீண்ட நேரம் தேடியும் கண்டுபிடிக்க முடியவில்லை.

"தலை சுத்துது, எனக்கே மயக்கமா வருது, வெளில வந்துருங்க."

காலில் ஏறிய புழுக்களை உதறி நகர்ந்து வெளியே வந்தார்.

பிணம் அறுக்கும் மேஜைகளில் சடலங்கள் ஈ மொய்த்தபடிக் கிடந்தன. விபத்துக்குள்ளான சடலங்களிலிருந்து ரத்தம் வழிந்து, குருதி நாற்றம் அறையை அமிழ்த்தியது.

கமலா கண்முழி பிதுங்கிப் போனாள். பிணவறைக் கிடங்கு ஒரு நரகம் என்றால், இந்த அறை பெரு நரகம் என்று அதிர்ந்தாள்.

"ரவுசு, இங்க வா."

வெள்ளைக் காடாத் துணியால் சடலம் கட்டிக் கொண்டிருந்தான் ரவுசு. சங்கரம்மா இன்னொரு நிர்வாண சடலத்தின் காலைப் பிடித்து

இழுத்து, டேபிளுக்கு அருகே நகர்த்திக் கொண்டிருந்தாள். வாயில் அதக்கிய வெற்றிலைச் சாறினைப் புளிச்சென்று சுவரோரம் துப்பினாள்.

“சங்கரம்மாவுக்கு நேர்த்திக்கடன். கோயில் தேரு இழுக்கறதா. அதான் நெதமும் பத்துப் பதினைஞ்சு பொணத்தை இழுக்கறா.”

ரவுசு கிண்டலடித்தான்.

“ஆமா ரவுசு, இருக்கா இல்லியான்னு தெரியாத சாமி தேரு இழுக்கறதைவிட, மனுசப் பய பொணத்தை இழுக்கறது புண்ணியம் தான்.”

இந்த மாதிரி ரத்தக் களறியான சூழலில் இவர்களால் எப்படி இத்தனை சகஜமாக, கிண்டலாக, இயல்பாகப் பேசமுடிகிறது? சோகத்தின் இடையே கொஞ்சம் வியப்பு எட்டிப் பார்த்தது கமலாவுக்கு.

“டோம்பா டோம்பா
அண்ணன் வந்தா ஆட்டம் பாம்பு டொம்பு
பிளு பிளு பிளு பிளாம்பி பிளுபிளுபிளு
வாத்தி கமிங் வாத்தி கமிங்...
ஏய் டருக்குனு டிரிப்பிலு உட்டா
கல்பிலு சில்பி தொட்டா கொகுலுல
டகுரு உட்டா ஜலுக்கு ஜலுக்குதான்
கண்ணா பெரட்டி எடு செதறவுடு
வாத்தி கமிங் வாத்தி கமிங்”

பாட்டும் விசிலுமாக பழனி சடலத்தை அறுத்துக் கொண்டிருந்தான். சந்தோஷமாக அவன் வேலை செய்வதைப் பார்த்தால் பிணம் அறுக்கிறானா, பழம் அறுக்கிறானா என்று சந்தேகம் வரும். அந்தளவுக்குப் பாட்டு துள்ளலாக வந்தது.

“டேய் பழனி... அது HIV பாடி. 72 மணி நேரம் ஆனப்புறம்தான் தொடணும்டா. இப்பவே அறுத்துட்டியே... பாவி... கிருமி தொத்திடுமேடா.”

அத்தனை களேபரத்திலும் மாயாண்டி பதறினார்.

“வக்கணையா கணக்கு சொல்லுங்க. மேலிடத்து பிரஷரைக் கண்டிக்காதீங்க. என்னா தலைவரே, டபுள் ஆக்ஷன்?”

அறையின் பிண நாற்றத்திலும் பழனி குடித்திருந்த சாராய நாற்றம் இன்னும் அதிகமாகக் குடலைப் பிடுங்கியது.

★★★

தன் முயற்சியில் சற்றும் மனம் தளராத விக்கிரமாதித்தன், மரத்தில் ஏறி அதில் தொங்கிய உடலைக் கீழே வீழ்த்தினான். பின்னர் கீழேயிறங்கி அதைத் தோளில் தூக்கிக்கொண்டு மயானத்தை நோக்கிச் செல்கையில், வேதாளம் கேட்டது.

"மன்னா, இரவு பகலாக இவ்வாறு காட்டிலும் மேட்டிலும் நடுநிசியில் திரியும் உன்னைக் கண்டு பரிதாபமாக இருக்கிறது. நீ தேடும் பொருள் உனக்குக் கிடைக்க என் கேள்விக்குப் பதில் சொல்... அநாதைப் பிணமென்று பெற்ற தாயை ஒதுக்கும் மகன்கள் இருந்துமென்ன பிரயோஜனம்? வாழ்ந்துமென்ன பிரயோஜனம்? மகன்தான் கொள்ளி வைக்க வேண்டும் என்கிற யுகாந்திர நம்பிக்கை இனியும் தொடரத்தான் வேண்டுமா?"

"வேண்டாம் என்று எல்லோரும் அறிந்த அந்த ரகசியத்தை நான் வெளிப்படையாகச் சொல்ல வேண்டுமா? பச்சைக் குழந்தைகூட இதற்குப் பதில் சொல்லுமே" என்றான். விக்கிரமாதித்தனின் சரியான பதிலினால் அவன் மௌனம் கலையவே, வேதாளம் தான் தங்கியிருந்த உடலுடன் பறந்துசென்று, மீண்டும் முருங்கை மரத்தில் ஏறிக்கொண்டது.

★★★

அத்தியாயம் 6

கையைக் காலை நீட்டி உயர்த்தி, டான்ஸ் என்று ஒருவிதமாக நடனமாடியபடியே பழனி மும்முரமாக வேலையில் இருந்தான்.

பாட்டு பொறி பறந்தது. அத்தனை இறுக்கமான சூழலில் வேலை செய்வது என்பது சுலபமில்லையே. தன்னைத் தானே இப்படி உற்சாகப்படுத்திக் கொள்ளவில்லை என்றால், நிச்சயமாக மன அழுத்தமும் மனப் பிறழ்வும் தனக்கு வந்துவிடும் என்று பழனி அடிக்கடி சொல்வான்.

"நல்லாருக்கு பழனி... ஹீரோ தோத்தான் போ."

"ஆமா சங்கரம்மா. இந்தப் பாட்டெல்லாம் இல்லேன்னா எனக்கு எப்பவோ பைத்தியம் புடிச்சிருக்கும். ரோடு ரோடா ஓடிட்டிருப்பேன்."

பாடலின் இசைக்கு ஆடிக்கொண்டே பிணத்தின் கையை, காலை மொடக் மொடக்கென்று சேர்த்துக் கட்டினான்.

"ரவுசு..." - சுவரோரமாகச் சரிந்தார் மாயாண்டி.

"தலைவா, என்னாச்சு?"

கையெல்லாம் ரத்தக் கறையோடு ஓடிவந்தான் ரவுசு.

"அவங்களுக்கு ஒரு ஸ்டூலு போடு, உக்காரட்டும்."

"ஐயோ வேணாம்.... நா வெளில போயி நிக்கறேன்." கமலா சொன்னாள் தயக்கமாக.

"சங்கரம்மா... டீ குடு தலைவருக்கு. வேத்துக் கொட்டுது பாரு" என்றபடி, அங்கே வாளியில் வைத்திருந்த தண்ணீரைக் கையில் அள்ளி, மாயாண்டி முகத்தில் பளிச் பளிச்சென்று அடித்தான் ரவுசு.

"டேய்... அது டெட்டால் தண்ணிடா. பொணத்து டேபிளைக் கழுவற தண்ணி. தலைவர் மூஞ்சில அடிக்கறியே முட்டாளு." கத்தினான் பழனி.

"இத்தினி புழு பொணம் நாத்தம் இதுல கெடக்கறோம். டெட்டாலு தண்ணிதான் தப்பாயிருச்சாக்கும். இதெல்லாம் தலைவரை ஒண்ணும் பண்ணாது ஹீரோ."

தன் தோளிலிருந்த துண்டினால் மாயாண்டி முகத்தை அழுந்தத் துடைத்தான் ரவுசு.

"டிரம்ப்புகூட இதைத்தான் குடிக்கச் சொன்னாரு ஹீரோ. நம்ம தலைவரு டெட்டால் தண்ணீல மூஞ்சி கழுவுறாருன்னு டிரம்ப்புக்குச் சொன்னா, அமெரிக்காவுக்குக் கூப்புடுவாரு டிரம்ப்பு."

"அங்கயும் பொணம் அறுக்கத்தானே போவாரு தலைவரு?"

"கோட்டு சூட்டு போட்டுப் பொணம் அறுக்கறது ஸ்பெஷல்தானே ஹீரோ?"

அந்த அறையின் கேலியும் கிண்டலும் அழுத்தத்தை மீறிய இயல்பான விஷயம்தான். ஆனால், கமலாவுக்கு ஆச்சரியமாக இருந்தது.

அம்மாவைத் தேடி இங்கே வந்தால், போனதுமே கையில் தூக்கிக் கொடுத்து விடுவார்கள் அரிசிப்பை மாதிரி என நினைத்தவள் தான். மருத்துவமனை என்றால் தனியறை, நீளமான வார்டு, அறுவை சிகிச்சை அறைகள் என மட்டுமே நினைத்திருந்தாள். அவளுக்கு இந்தப் பிணவறைக் காட்சிகள், இதன் பணியாளர்கள், அவர்களின் மன இறுக்கம், அழுத்தத்துக்கு நடுவே கொஞ்சம் கிண்டலும் கேலியும் என்பதெல்லாம் நினைத்துப் பார்க்கவே முடியாதவை. கற்பனை செய்திருக்கவே முடியாதவை. அனாதைப் பிணமான அம்மாவைத் தேடும் சோகத்திலும், இவர்களின் நகைச்சுவைக்குச் சிரிக்கவா, வேண்டாமா என்று தெரியாமல் குழம்பினாள்.

"சரி, நா வெளில வெயிட் பண்றேன்." கிளம்பியவள் சட்டெனக் காலை உதறினாள்.

"ஐயோ... என்னது சுரீர்னு" மறுபடியும் காலை உதறினாள்.

புழுக்கள், சிறு வாலை அசைத்து அசைத்துத் துள்ளித் துள்ளிப் பாய்ந்தன.

"தள்ளி நில்லுங்கம்மா. இது பொணப் புழு. இங்க நெறைய இருக்கும்."

தனது காலிலும் ஏறிய புழுக்களைக் கையால் தட்டிவிட்டார் மாயாண்டி.

“நீங்க வெறுங்காலோட இருக்கீங்க. செருப்பு ஷூ போடலாமே... பூச்சி கடிக்காதே.” அறியாமையின் உச்சத்தில் கேட்டாள் கமலா.

“ஆமா, கடிக்காதுதான். ஆனா, பொணம் அறுக்கும்போது எலும்புத் துண்டு ஷூவுக்குள்ள வுழும். காலைக் குத்தும். பூச்சிங்களும் ஷூவுக்குள்ள போயி காலைக் கடிக்கும். எத்தனை தரம் ஷூவை கழட்டி மாட்டறது? பேஜாரும்மா... வெறுங்காலுன்னா உதறி விட்டுறலாம்.”

ரவுசு கண்ணாடித் தம்ளரில் தந்த டீயை முழுங்கினார் மாயாண்டி.

“உங்களுக்கும்மா?”

“ஐயோ வேணாம்... எனக்கு வாந்தி வர்ற மாதிரி இருக்கு. வெளீல போறேன்” ரெண்டெட்டில் வராந்தாவுக்கு ஓடினாள் கமலா. வழியிலேயே சரிந்து, தலைசுற்றி வாசல் பக்கமாகத் தரையில் சுருண்டாள். தரையில் சிந்தியிருந்த ரத்தத் துளிகளும் அந்தப் புழுவும் அவள் மீது திட்டுத் திட்டாக ஒட்டிக் கொண்டன.

“அந்தம்மாவுக்குத் தெரியாது தலைவா. நாம இங்க உக்காந்து சோறுகூடத் திம்போம்கறது. ஷாக்காயிட்டாங்க, நீங்க டீ குடிக்கறதைப் பார்த்து.”

“ஆமா, அவங்கள்லாம் யாரையும் பக்கத்துல விடாதவங்க. தொடாதே, தள்ளி நில்லு, எதிரிலே வராதேன்னு விரட்டறவங்க. இப்ப இங்க வந்து நிக்குறாங்க அம்மாவைத் தேடிக்கிட்டு.எல்லாரும் கடைசீல ஒண்ணுமில்லாமத்தான் போகப் போறோம். அதுக்குள்ள நா ஒசத்தி நீ தாழ்த்தின்னு என்னா ஆட்டம் போடறோம்.”

சூடான தேநீர் குடித்ததில் ஆசுவாசமாகியிருந்தார் மாயாண்டி.

“ஏசி மெக்கானிக்கை வரச் சொன்னியா ரவுசு?”

“சொல்லாமலா? நூறு தரம் சொல்லிட்டேன். அழுகின பொணம் நாத்தம் தாங்காம செத்துடுவேன். புழு பூச்சி வேற நிறைய வந்துருக்கும். நடந்தாலே கால்ல ஏறிக் குடைஞ்செடுத்துடும். அதனால வரமாட்டேனுட்டாரு. எதுன்னாலும் கொரோனா ஒட்டிக்கும். கொரோனா ஒட்டிக்கும்னு அலப்பறை பண்றாரு அந்த ஆளு.”

“ஏசி சரி பண்ணாதான் நாத்தம் கொறையும். நாத்தம் கொறைஞ்சாதான் ஏசி சரி பண்ணுவேன்னு சொன்னா என்ன பண்ண?”

எத்தனையோ முறை நினைவூட்டல் எழுதியாயிற்று. எல்லோரையும் நேரில் பார்த்து முறையிட்டாயிற்று. மறுபடி மறுபடி எடுத்துச்

சொல்லியாயிற்று. நிலைமை கைமீறும் முன்பு சரிசெய்து விடவேண்டும் என்று எச்சரிக்கை தொனியிலும் பேசியாயிற்று. அரசாங்க அலுவலகத்தில் எல்லாமே அதனதன் அதீத நிதானத்தோடுதானே நடக்கும்? நத்தையின் முதுகில் ஏறித்தானே கோப்புகள் நகர்கின்றன.

"நானு சரி பண்ணவா தலைவா? நானு படிச்சதே ஏசி ரிப்பேருதான்."

"ஒத்துக்க மாட்டாங்க ரவுசு. ஆபீஸ்ல சட்டம் பேசுவாங்க. குத்தம் கண்டுபிடிப்பாங்க. நல்லது எதுவுமே நடக்கக் கூடாதுன்னுதான் ஆயிரம் ரூல்ஸ் கோட் பண்ணுவாங்க."

பெருமூச்சு விட்டபடி எழுந்தார். "பாடி எல்லாம் டீ கம்போஸ் ஆகி ஒழுவுது. பொணம் அழுகின தண்ணி கதவு இடுக்கு வழியா வழியுது. என்ன பண்ண? பழனி கொஞ்சம் போயி பேசிப் பாருப்பா. மெக்கானிக்கை கையோட கூட்டி வா. உன் ஃபிரெண்டுதான?"

"என் ஃபிரெண்டுன்னா என்ன? கொரோனா வந்துடாதுன்னு நானு கியாரண்டி குடுக்க முடியுமா? நல்ல நாள்லயே மார்ச்சுவரிக்குள்ள வேற ஸ்டாஃப் யாருமே வரமாட்டாங்க. இப்ப லாக் டவுன், கொரோனா எல்லாம் சேர்ந்துக்கிச்சு. கொரோனா வார்டுல போய்ப் பாரு தலைவா. கொத்து கொத்தா செத்துட்டிருக்காங்க. உசிரோட இருக்கறவங்களைக் காப்பாத்தவா? பொணங்களைக் காப்பாத்தவா? நீயே சொல்லு."

ஜம்மென்று சடலத்தை அறுத்து வேலையை முடித்து, இழுத்து வைத்துக் கட்டி, வெள்ளை காடாத் துணி சுற்றி, யூகலிப்டஸ் எண்ணெய் தெளித்து கமகமவென்று ஆக்கினான். சும்மா சொல்லக் கூடாது. வேலையை நன்றாகச் செய்து முடிப்பதில் பழனி கெட்டிதான்.

பாடியபடியே அந்தச் சடலப் பொட்டலத்தை அலேக்காகத் தூக்கி, ரவுசு கொண்டுவந்த ஸ்டெச்சரில் வைத்தான்.

"ஆபீஸு ஆளுங்களோட என்னால மாரடிக்க முடியாது தலைவா. நியாயத்தைச் சொன்னா கேட்டுக்கணும். அவனுங்க வியாக்கியானம் பேசுவானுங்க. இந்த நாத்தம் அவனுங்க ஏசி ரூமுக்குள்ள போவாது. இங்க இருக்கற பொணத்துக்கும் இந்த நாத்தம் தெரியாது. அதனால நம்ம கஷ்டத்தை ஒரு பயலும் புரிஞ்சுக்க மாட்டானுக."

இன்னொரு பெண்ணின் நிர்வாண உடலை அக்கு வேறு ஆணி வேறாக அறுத்தபடிக் கொந்தளித்தான் பழனி.

"தொழிற்சங்கத் தலைவரு நீங்க. இத்தினி வருஷமா என்னா கிளிச்சீங்க? அதே நாத்தம். அதே ரத்தம். அதே ஈ. அதே புழு, அதே புழுக்கம்தானே இங்க? இதோ... எத்தினி புழு முழங்காலுக்கு மேல. நமக்கு ஒரு பூட்ஸ் வாங்கித் தரணும்னு யாருக்காவது தோணியிருக்கா? கொரோனா மாஸ்க்கு, கொரோனா கிட், கொரோனா டிரஸ்ஸுன்னு ஊழல் கணக்கு எகிறுது, கேக்க நாதியில்லாம. அவனவன் அழுக்குப் படாம நாற்காலி தேச்சுட்டுச் சம்பளம் வாங்கறானுக. நமக்கு நெதமும் பொணம் பொணம் பொணம் நாத்தம் தான்."

சாராயம் உள்ளே போனால், பழனியின் வேலையையும் நிறுத்த முடியாது, பேச்சையும் நிறுத்த முடியாது. ஒன்று, இரண்டு, மூன்று என்று கத்தியாலும் அறுப்பான். பேசியும் அறுப்பான்.

"என்ன ஹீரோ? தலைவரு பத்தி குறை சொல்றியே."

"சும்மா இரு ரவுசு. நீ ஜால்ரா அடிக்காதே. ஜால்ரா அடிச்சா நீ கேக்கறத அவரு செஞ்சிடுவாருன்னு நெனைக்காதே. அவரு உன் குஞ்சையும் அறுக்கப் போறதில்ல, உனக்கொரு வேலையும் தரப் போறதில்ல. நீ இப்படியே லூலாயி லூலாயி ஜோலி பார்க்க வேண்டியதுதான்."

சாராயம் அவனுக்குள்ளிருந்த எல்லாக் கோபத்தையும் கொட்ட வைத்தது.

மாயாண்டி தேநீர்க் கோப்பையைக் குப்பைத் தொட்டியில் போட்டார். நகர்ந்து நழுவிக்கொண்டிருந்த ரவுசுவை எக்கிப் பிடித்தார்

"என்னடா ரவுசு? குஞ்சு வெட்டறது அது இதுன்னு."

"ப்ச்... ஒண்ணுமில்ல தலைவா, குடிச்சுட்டு ஹீரோ பெனாத்தறான்."

"ஒண்ணுமில்லாமயா பழனி சொல்றான்? கோபதாபமா இருந்தாலும் குடிச்சாலும், பழனி பேச்சு ஒரே பேச்சுதான். என்னா விஷயம்?"

"கேளுங்க தலைவா. டாக்டருகிட்ட போனா ரவுசு குஞ்சை அறுக்கப் பெரிய காசு கேக்கறாங்களாம். நீதான் நல்லாப் பொணம் அறுக்கறீயே. ஒரு நாள் இதே டேபிள்ல வச்சு என் குஞ்ச அறுத்துடு மத்ததை எங்க ஆளுங்க சமாளிச்சிப்பாங்க. அப்படீன்னு ரவுசு ஒரே ரகளை ஒட்டறான் எங்கிட்ட" புட்டுப் புட்டு வைத்தான் பழனி. அதிர்ந்து போனார் மாயாண்டி. தொடை இடுக்கில் கைவிட்டு நெளிந்தான் ரவுசு.

★★★

தன் முயற்சியில் சற்றும் மனம் தளராத விக்கிரமாதித்தன், மரத்தில் ஏறி அதில் தொங்கிய உடலைக் கீழே வீழ்த்தினான். பின்னர் கீழேயிறங்கி அதைத் தோளில் தூக்கிக்கொண்டு மயானத்தை நோக்கிச் செல்கையில், வேதாளம் கேட்டது.

"மன்னா, இரவு பகலாக இவ்வாறு காட்டிலும் மேட்டிலும் நடுநிசியில் திரியும் உன்னைக் கண்டு பரிதாபமாக இருக்கிறது. நீ தேடும் பொருள் உனக்குக் கிடைக்க என் கேள்விக்குப் பதில் சொல்... கொரோனா பேரைச் சொல்லிக்கொண்டு மருத்துவத்துறையில் நடத்தப்படும் ஊழல்கள், தகிடுதத்தங்கள், கீழ்மட்டம், நடுமட்டம் உயர்மட்டம் என எல்லா மட்டங்களிலும் ஊடுருவியிருக்கிறதே? இது உயிரோடு விளையாடும் விளையாட்டா? இது பாவமில்லையா?"

"பாவம்தான் என்று எல்லோரும் அறிந்த அந்த ரகசியத்தை நான் வெளிப்படையாகச் சொல்ல வேண்டுமா? பச்சைக் குழந்தைகூட இதற்குப் பதில் சொல்லுமே" என்றான். விக்கிரமாதித்தனின் சரியான பதிலினால் அவன் மௌனம் கலையவே, வேதாளம் தான் தங்கியிருந்த உடலுடன் பறந்துசென்று, மீண்டும் முருங்கை மரத்தில் ஏறிக்கொண்டது.

★ ★ ★

அத்தியாயம் 7

“தலைவா... நீ இதுல நாட்டாமை பேசாத. சந்தடி சாக்குல முடிச்சுடலாம். கொரோனா காலத்துல ஒருத்தன்கூட மார்ச்சுவரிக்குள்ள வரமாட்டானுங்க. எட்டிப்பார்த்தா ஒட்டிக்கும்னு பயம். உசிரு வெல்லமாச்சே ஒவ்வொருத்தனுக்கும். அதனால காதும் காதும் வச்ச மாதிரி ஜில்லோன்னு முடிச்சுடலாம். ஈ காக்காக்குத் தெரியாது. பழனிட்ட கொஞ்சம் சொல்லு தலைவா.”

ரவுசுவின் ஒவ்வொரு வார்த்தையும் கேட்க கேட்க அதிர்ச்சியானார் மாயாண்டி. திகைத்துத் தடுமாறினார்.

“அறுத்துட சொல்லு தலைவா. அடுத்த நிமிஷமே எங்காளுங்க பொறுப்பா பார்த்துப்பாங்க. பத்திரமா மருந்து வச்சி காப்பாத்திருவாங்க.”

நம்பிக்கையும் உறுதியுமான குரலில் ரவுசு சொன்னது நம்ப முடியாததாக இருந்தது மாயாண்டிக்கு. இத்தனை வருஷ அனுபவத்தில் இது புதுமாதிரி விஷயம். எத்தனையோ சடலங்களை அறுத்துப் பார்த்த இடம்தான் இது. ஆனால், உயிரோடிருக்கும் ஒருத்தனின் அறுவை சிகிச்சைக் கூடமில்லையே... இது சரியா? இது நியாயமா? இது தப்பில்லையா? தொழில் தர்மத்துக்கு விரோதமில்லையா? ஆனால், ஒத்தைப் பைசா கையில் இல்லாமல் ஜீவனம் செய்யும் ரவுசுவின் சிக்கலுக்கு இது நியாயமான உதவிதானா?

குடித்த டீயை மீறித் தலைசுற்றியது மாயாண்டிக்கு

“பழனி என்ன சொல்ற நீ? செய்வியா?”

“ஏழை பாழைங்களுக்கு வேறென்ன செய்ய முடியும் தலைவா? ரவுசு மாதிரி ஆளுங்களுக்கு யாருதான் ஹெல்ப்பு பண்றது?”

சர்வசாதாரணமாகச் சொன்ன பழனி, அவன் பாட்டுக்குப் பாடத் துவங்கினான்.

“ஜித்து ஜில்லாடி
மித்தா கில்லாடி

மாமா டாலடிக்கும்
கலரு கண்ணாடி
போலீஸ்காரன் ஜிப்சி
தேவையில்ல எஃப்சி
உனக்குத் தெர்லின்னா
என்ன பண்ணுவ நீ
ஜித்து ஜில்லாடி மித்தா கில்லாடி"

படபடவென்று கைத்தட்டினான் ரவுசு.

"இதான் ஹீரோவோட தெனாவெட்டு தலைவா... உனக்குத் தொல்லைன்னா என்ன பண்ணுவ நீ? அதை எனக்குப் பண்ணுவாரு ஹீரோ."

ரவுசு சர்வ நிச்சயமாகச் சொன்னதும், மாயாண்டிக்குக் கவலை ஆரம்பித்தது. ஏற்கெனவே இருக்கும் பிரச்னைகளோடு இது என்ன கூடுதலாக?

"பழனி... வேலை போயிடும்ப்பா, ஜாக்கிரதை... உனக்கு இன்னும் நெறைய சர்வீஸ் இருக்கு. இது சட்டத்துக்குப் புறம்பானது தெரியுமில்லியா?" அக்கறையோடு எச்சரித்தார்.

"எது சட்டத்துக்குப் புறம்பானது தோழர்? யார் செய்வது அதை?" உற்சாகமான குரல் பிணவறைக்குள் நுழைந்தது.

"வணக்கம் தோழர். எல்லாரும் நலமா? உலகெங்கும் கொரோனா அச்சமூட்டினாலும் எதற்கும் அஞ்சாமல் பணிபுரியும் நம் தோழர்களுக்கு வீரவணக்கம்.

"ஹக்காங்... இதுக்கொண்ணும் கொறைச்சல் இல்ல. கல்யாண வீட்டுக்கு வர்ற மாதிரி சிரிப்பாண்டியா வர்றதைப் பாரு."

ரவுசு நக்கலடிக்க, பழனி, "வாங்க தோழர்" என்றான்.

"குளிர்ப்பதனம் சரியாகவில்லையா இன்னமும்? மருத்துவமனை வாசலிலேயே பிணக்கிடங்கு நாற்றம் வருகிறதே..."

தோழர் சாந்தகுமார் அணிந்திருந்த முகக்கவசமும் நாற்றத்தைக் கட்டுப்படுத்த முடியவில்லை.

"குளிர்ப்பதனமில்லாத கிடங்கிலிருந்து இன்னும் பல உயிர்களைக் காவு வாங்குவது போல மரண வாசனை வீச்சமடிக்கிறது. எல்லாம் சரியாகி எப்படி சடலங்களைப் பாதுகாக்க? அதற்குள் பிணக்காரர்கள்

அழுக ஆரம்பித்துவிடுவார்களே. ஏற்கெனவே தரையெங்கும் புழுக்கள் மேய்கின்றன...”

வருத்தமும், ஆதங்கமும், ஆற்றாமையும், நிர்வாக எந்திரம் மீதான கையாலாகாத்தனமுமாக நீளமாக வருந்தினார் தோழர் சாந்தகுமார்.

“நீங்க வேற தோழர் நேரங்கெட்ட நேரத்துல சிவாஜி தமிழ் டயலாக் பேசிக்கிட்டு, அவனவன் காஞ்சுப் போயி கெடக்கான்.”

“ப்ச்... சும்மா இரு ரவுசு. நமக்கு உதவத்தானே அவரு வந்திருக்காரு.”

“தலைவா, பேசாமல் ஒரு போராட்டம் நடத்தலாமா? மறியலோ, உண்ணாவிரதமோ கூட யோசிக்கலாமா? அப்போதுதான் நிர்வாகத்துக்கு இந்தப் பிரச்னையின் முக்கியத்துவம் புரியும்.”

“யப்பா... ஒண்ணுகெடக்க ஒண்ணு எடக்குமுடக்காப் பண்ணிடாதீங்க. அதான், அள்ளிட்டுப் போக நீங்க வந்துட்டீங்கள்ல...”

மாயாண்டி தொழிற்சங்கத் தலைவர் என்றாலும், முப்பது வயதில் எதற்கெடுத்தாலும் கொடி பிடித்ததும், போராட்டம் செய்ததுமான மாயாண்டி இப்போது இல்லை. யாருக்கும் எந்தச் சிக்கலும் வந்துவிடக் கூடாது என்பதில் அக்கறையாக இருப்பதால் எல்லோரையும் அனுசரித்துப்போகும் பக்குவத்துக்கு வந்திருக்கிறார்.

“தலைவரு இப்ப நமத்துப்போன தீப்பந்தமாயிட்டாரு... சூடே இல்ல. அடுத்த தேர்தல்ல நான்தான் நிக்கப்போறேன்.

எல்லாப் பிரச்னையும் சொடக்குப் போடற நேரத்துல தீர்த்துடுவேன். வழவழா கொழகொழா சமாச்சாரமெல்லாம் நமக்கு செட் ஆவாது தோழர்.”

பழனியின் வேகம் புரிந்தாலும் மாயாண்டி கவனிக்காதவரைப் போல தோழரிடம் அவசரப்படுத்தினார்.

“எத்தனையோ சொல்லியாச்சு தோழர். கொரோனா கொரோனான்னு கூவிட்டிருக்காங்க. இதைக் கவனிக்கவே மாட்டேங்கறாங்க. நெதமும் நூறு கொரோனா பொணம் போவுது. மார்ச்சுரிலயே நாங்களும் பொணமாயிடுவோம் போலதான் அவசரமா உங்களை வரச் சொன்னேன் தோழர்.”

மாயாண்டி அங்கலாய்ப்பு நியாயம் என்பது தோழர் சாந்த குமாருக்குப் புரிந்தது. பிணவறைக் கிடங்குக்கும் தோழருக்கும்

அவ்வளவு நெருக்கம். தொப்புள்கொடி உறவு. அனாதைப் பிணங்களை அவரது அறக்கட்டளை மூலமாக எடுத்துக்கொண்டு போய் நல்லடக்கம் செய்யாவிட்டால், அவை அழுகிய காய்கறி ஆகிவிடும்.

"யாருமே வெளில வரப் பயப்படறாங்க. நீங்க எப்படி வர்றீங்க தோழர்?"

"அச்சமில்லை அச்சமில்லை அச்சமென்பதில்லையே உச்சி மீது வானிடிந்து விழுகின்ற போதிலும் அச்சமில்லை. நான் பாரதி மகன் தலைவா..."

"சரி சரி வாங்க... உள்ளே எல்லாரும் காத்துட்டிருக்காங்க. கூட்டிட்டுப் போங்க." பழனி ரவுசுடன் கிடங்குக்குள் நுழைந்தான்.

கத்தையாக அனுமதிக் கடிதங்களை மாயாண்டியிடம் கொடுத்தார் தோழர். "ஆளுங்க வந்தாச்சா?"

"ம்... வண்டியுடன் வந்துவிட்டார்கள்."

"டிரான்ஸ்போர்ட் பெர்மிஷன் இருக்கு. RMO பெர்மிஷன் இது. இடுகாட்டு அறிக்கை எல்லாமே கொண்டு வந்திருக்கீங்க... அதான் பொணங்க கூட தோழருக்காகக் காத்துட்டிருக்கு."

"இன்னிக்கு நேத்தா வர்றாரு தோழரு? எத்தின வருஷமாப் பாக்கறோம்?" சங்கரம்மா புளிச்சென்று வெற்றிலை புகையிலைச் சாறை மூலையில் துப்பினாள்.

சுகாதார ஆய்வாளருக்கு RMO கடிதத்தில் கண்களை ஓட்டினார் மாயாண்டி.

அனுப்புனர்: இருப்பிட மருத்துவ அலுவலர் பொது மருத்துவமனை.

பெறுநர்: சுகாதார ஆய்வாளர் மாநகராட்சி அலுவலகம்.

ஐயா,

பொருள்: ஆதரவற்ற சடலங்கள் அப்புறப்படுத்தக் கோருதல்

வணக்கம்,

இம் மருத்துவமனையில் கீழ்க்கண்ட உள்நோயாளிகளாக அனுமதிக்கப்பட்டு, சிகிச்சை பலனின்றி இறந்து போன சடலங்களை எடுத்து அடக்கம் செய்ய வேண்டுமாய்க் கேட்டுக் கொள்கிறேன்.

இணைப்பு: சவக்கிடங்கு அட்டை சட்டம் சாராத சடலங்கள்

1. முனுசாமி 70/M 22/8/2020 7.05pm 250 B/B7 108 ஆம்புலன்ஸ் 23/8/2020 2.45am 23/4 TN 344005B ICU
2. சரஸ்வதி 60/F 12/8/2020 10.00am 249 w/o குமரேசன் 24/8/2020 3.00pm 24/5 திருப்பூர், கோவை.
3. மணி 70/M 20/08/2020 7.30pm 244 S/o வரதராஜன் கோவில் தெரு 22/8/2020 8.00am14/5
4. ரங்கநாயகி 70/F 3/9/2020 2.20pm 206 w/o சந்திரசேகர் 3/9/2020 5.30pm 20/5 நாள் 10/9/2020 இருப்பிடம் மருத்துவ அலுவலர் இடம் கோவை

கண்களை ஒட்டி அனுமதிக் கடிதத்தை வாசித்தவர். எண் நான்கில் மீண்டும் வாசித்தார். "ரங்கநாயகி 70 வயசு... இந்தம்மாவைத் தேடித்தான் ஒரு லேடி வந்தாங்க. ரவுசு... ரவுசு..."

சத்தமாகக் கூப்பிட்டர்.

"வந்துட்டேன் தலைவா."

"இப்ப ஒரு லேடி வந்தாங்களே... அவங்க கௌம்பிட்டாங்களா?"

"இல்ல, மயக்கமா வெளில படுத்துருக்காங்க."

"தோழர் எடுக்கப் போறதுல இந்த பாடியும் லிஸ்ட்டுல இருக்கு ரவுசு... பார்த்துக் கண்டுபிடிச்சி அந்த லேடிக்கிட்ட குடுக்கணும் மறந்துடாத."

மரண வாசனை விளையாடும் இடத்திலும் மனிதாபிமானத்தின் வாசனை தூக்கலாக இருந்தது.

★★★

தன் முயற்சியில் சற்றும் மனம் தளராத விக்கிரமாதித்தன், மரத்தில் ஏறி அதில் தொங்கிய உடலைக் கீழே வீழ்த்தினான். பின்னர் கீழேயிறங்கி அதைத் தோளில் தூக்கிக்கொண்டு மயானத்தை நோக்கிச் செல்கையில், வேதாளம் கேட்டது.

"மன்னா, இரவு பகலாக இவ்வாறு காட்டிலும் மேட்டிலும் நடுநிசியில் திரியும் உன்னைக் கண்டு பரிதாபமாக இருக்கிறது. நீ தேடும் பொருள் உனக்குக் கிடைக்க என் கேள்விக்குப் பதில் சொல்... தனியார் நிறுவனங்களில் பெரு முதலைகள் கபளீகரம் செய்து வருமானத்தைக் கொள்ளையடிக்கும் துறைகளில்தான் ஈடுபடுகின்றனர். மனிதநேயமும் மனிதாபிமானமும் தேவைப்படும் பிணவறைப் பணிகள், சுடுகாடு, இடுகாடு பணிகள் இவற்றைத் திரும்பிப் பார்ப்பதுமில்லை. கரிசனமாக

உதவுவதுமில்லை. எத்தனை லட்சம் கோடிகள் சம்பாதித்தாலும் கடைசியில் எல்லோரும் ஒரு பிடி சாம்பல்தான் என்பது ஏன் இந்த நவீன கொள்ளையர்களுக்குப் புரிவதேயில்லை?"

"அதுதான் மனித இயல்பு என்று எல்லோரும் அறிந்த அந்த ரகசியத்தை நான் வெளிப்படையாகச் சொல்ல வேண்டுமா? பச்சைக் குழந்தைகூட இதற்குப் பதில் சொல்லுமே" என்றான். விக்கிரமாதித்தனின் சரியான பதிலினால் அவன் மௌனம் கலையவே, வேதாளம் தான் தங்கியிருந்த உடலுடன் பறந்துசென்று, மீண்டும் முருங்கை மரத்தில் ஏறிக்கொண்டது.

★ ★ ★

அத்தியாயம் 8

"கொரோனா பொணத்தை பிளாஸ்டிக்குல சுத்தணுமாம் தலைவா... எனக்கு டூட்டி போட்டுருக்காங்க. நானு பேசாம லாங் லீவுல போயிடப் போறேன். இப்பிடியே பொணத்தோட மாரடிச்சிட்டிருந்தா என்னையும் ஒருநா பிளாஸ்டிக்குல சுத்த வேண்டியதுதான். சின்னப் புள்ளக்குட்டிங்க வச்சிருக்கேன் தலைவா. எம் பொண்டாட்டி முப்பத்தஞ்சு வயசுலயே விதவை ஆயிடக்கூடாது."

பழனியின் ஆதங்கம் வாஸ்தவமானதுதான். ஆனாலும் வேறு வழி இருப்பதாக மாயாண்டிக்குத் தெரியவில்லை. பணிப் பாதுகாப்பு இல்லாமல் தற்காலிக ஒப்பந்தத்துக்கு வருபவர்கள் கூட கொரோனா டூட்டி என்றால் மறுப்புதான் சொல்கிறார்கள். அவரவர்க்கு இருக்கும் ஒரே சொத்து அவரவர் உயிர்தானே?

அப்போது தான் வந்த தகவலால் பழனி எரிச்சலானான் என்றுதான் சொல்ல வேண்டும்.

"மார்ச்சுரிலயே தலைக்குமேல வேலை குமிஞ்சு கெடக்கு. ஒரு நாளுக்கு எத்தினி பொணம் அறுத்து சாவறோம்னு யாருக்காவது தெரியுமா? ஏதாச்சும் அக்கறை இருக்கா நம்ம மேல?

ஆ வூன்னா இந்த டூட்டி பாரு அந்த டூட்டி பாருன்னு ஆர்டர் போடறதுதான் மிச்சம். பைசாக்குப் பிரயோஜனம் இல்லாத உத்தியோகம்.

செத்தா பாக்கி பணத்தைச் சட்டுன்னு செட்டிலு கூடப் பண்ண மாட்டாங்க. காஞ்சிபோன மாலைய வந்து போட்டு போட்டோக்கும் போஸ் குடுப்பானுங்க."

ஒரு வார்த்தை கூட மறுப்பு சொல்ல முடியாமல் மாயாண்டி கையிலிருந்த கத்தைக் காகிதங்களை முன்னும் பின்னும் புரட்டிக் கொண்டிருந்தார். தோழர் சாந்தகுமார் காத்திருந்தார் பழனியின் கோபம் தணியட்டுமென்று. பழனிதான் சடசடவென்று அடையாளம் கண்டு சடலங்களை எடுத்துத் தருவான்.

"பழனிக்கு ஒரு தேநீர் தரலாமா? கொஞ்சம் ஆசுவாசமாகலாமே..."

"ஆகலாம்... ஆகலாம். எரிச்சலா இருக்கு தோழர். பேசாம பிளாட்பாரத்துல ஏதாச்சும் கடை போட்டுப் பொழைச்சுக்கலாம் போல இருக்கு. இங்க லோல்படறத விட."

பேசிக்கொண்டே ஒவ்வொரு சடலமாக ஸ்ட்ரெச்சரில் தூக்கி வைத்தான் பழனி. ரவுசு ஒரு பக்கம், பழனி ஒரு பக்கமாகத் தலையும் காலுமாகப் பிடித்துத் தூக்கி வெளியே கொண்டுவந்தார்கள்.

"ஆளுங்க வந்துட்டாங்களா தோழர்?"

"ஆமாம்... வெளியேதான் அவர்கள் காத்திருக்கிறார்கள்." என்றபடி ஸ்ட்ரெச்சரோடு வெளியே வந்தார்கள்.

"இந்த முறை நல்லடக்கம் செய்ய வந்திருப்பவர்கள் எல்லாருமே பெண்கள். என் துணைவியார், அவரின் தோழிகள், என் மகள், அவள் தோழிகள் இப்படிச் சேவை செய்வதில் ஆர்வமுள்ள உள்ளங்கள் வந்திருக்கிறார்கள் பழனி."

"ஒரு காலத்துல வீதிவரை மனைவின்னாங்க, இப்ப மயானம் வரை பெண்கள் வர்றாங்கன்னா சும்மாவா?"

ஸ்ட்ரெச்சர் சடலத்தை ரொம்பவும் இயல்பாகத் தொட்டுத் தூக்கினார்கள் அந்தப் பெண்கள்.

பத்து மாஸ்க் இல்லை நூறு மாஸ்க் போட்டாலும் கூட மூக்கைத் துளைக்கும் அழுகல் பிணத்தின் நாற்றம் சகித்து வேலையை ஆரம்பித்தார்கள் அந்தப் பெண்கள்.

அவர்களும் தோழர் சாந்தகுமாரும் அசராமல் நின்றார்கள். அசூயை இல்லை. முகச்சுளிப்பு இல்லை.

அருவருப்பு, வெறுப்பு ஏதுமில்லை. ஒரு நந்தவனத்துக்குள் நுழைந்து பூப்பறிப்பதான இயல்புத் தன்மை இருந்தது அவர்களிடம்.

தோழர் சாந்தகுமாரிடம் இருந்த ஒரே வேதனை, இத்தனை சடலங்களையும் ஆதரவற்ற சடலங்கள், அனாதைச் சடலங்கள் என்பதான நிலையில் அடக்கம் செய்யவேண்டியிருக்கிறதே என்பதுதான்.

இவர்கள் ஒவ்வொருவருக்கும் ஒரு வாழ்க்கை இருந்திருக்கும். உறவுகளோடு ஒரு வாழ்க்கை இருந்திருக்கும். அன்பு, பாசம், சின்னச் சின்ன உரசல்கள், பூசல்கள் எல்லாமே இருந்திருக்கும். மனைவி, கணவன், மகன், மகள் எல்லாமே இருந்திருக்கும்.

அப்போது நினைத்துக் கூடப் பார்த்திருக்க மாட்டார்கள். இந்த மருத்துவமனை கிடங்கில் அனாதையாய்க் கிடப்பார்கள் என்று.

அம்மா என்று கதற யாருமில்லை, அப்பா என்று கதற யாருமில்லை. அக்கா, தங்கச்சி, அண்ணே என்று கதறவும் யாருமில்லை. இந்த வருத்தம்தான் தோழருக்கு.

இறுதி மரியாதை, நல்லடக்கம் செய்ய யாருமில்லாத இவர்களுக்குத் தோழர் சாந்தகுமார் செய்வதை யாராலும் நினைத்துக் கூடப் பார்க்க முடியாது.

அடையாளம் தெரியாத கரிக்கட்டையான விறைத்துப்போன சடலங்களைத் தொட்டுத் தூக்கி மரியாதை செய்ய யாருக்குத்தான் மனசு வரும்?

தோழர் சாந்தகுமாருக்கு வரும். அதைச் செய்யத்தான் அடுத்த தலைமுறைப் பெண்களையும் அழைத்து வந்திருக்கிறார்.

“அக்கா... காடாத்துணி சுத்தக்கூட யாருமில்ல. நீங்க உள்ள வந்து செய்ய முடியுமா? தலைவர் பார்த்தா கூச்சல் போடுவாரு. ஆனா, வேற வழி இல்ல...

என் கை கால்லாம் இத்துப் போயிருக்கு. இன்னும் ஒரேயடியா கொஞ்ச நேரம் வேலை செஞ்சா போய்ச் சேர்ந்துடுவேங்க்கா.”

பழனிதான் சோர்வின் உச்சத்திலிருந்தான். பிணக்கிடங்குக்குள் வெளியாட்களை அனுமதிப்பது கிடையாது. ஆனால், அசாதாரண சூழல் சமயத்தில் வேறென்ன செய்ய முடியும்?

“தம்பி, நீங்க போயி ஒரு டீ குடிச்சிட்டு வாங்க. அதுக்குள்ள நாங்க சோலிய முடிக்கோம்.”

லதா அக்கறையாகச் சொன்னாள்.

“முகம் வாடிப்போயிருக்கு தம்பிக்கு... ஒரு வாய் சாப்பிட்டியாப்பா ஏதாச்சும்?” புஷ்பவல்லி கரிசனமாகக் கேட்டாள். “கொண்டுவர்றோம். ரவுசுக்கும் புடிச்சதா எடுத்துட்டு வர்றோம் சரியா?”

காவியா, ரசிதா பேகம், சங்கீதா கல்லூரி மாணவிகள் அனுபவம் இல்லாதவர்கள். ஆனாலும் பசி முகத்தை உணர்வதற்கு கூடுதலான அனுபவம் தேவை இல்லையே.

“நீங்கள்லாம் கூடமாட ஒத்தாசை பண்றதாலதான் எங்க பொழைப்பு ஓடுது...” கொஞ்சம் உற்சாகமாகி, பழனி பாடலும் விசிலுமாக நகர்ந்தான்.

“அந்தம்மா முகத்துல கொஞ்சம் தண்ணி தெளிங்கக்கா... மயக்கமா கெடக்கறாங்க, ஒரு டீ வாங்கியாறேன் அவங்களுக்கு.” மூலையில் சுருண்டிருந்த சரஸ்வதியைப் பார்த்துக் கரிசனத்தோடு சொன்னான் ரவுசு.

“எவன்டா மேல எவன்டா கீழ
எல்லா உயிரையும் ஒண்ணாவே பாரு
முடிஞ்ச வரைக்கும் அன்ப சேரு
தலையில் ஏத்தி வச்சுக் கொண்டாடும் ஊரு
மரணம் மாஸு மரணம்
தரணும் டஃப்பு தரணும்...”

பழனியின் குரலைப் பிடித்துக்கொண்டு ஓடினான் ரவுசு.

“இவ்ளோ டென்ஷன்லயும் தம்பி நல்லா ஜாலியா இருக்காரு.” அந்தப் பெண்கள் புரிந்துகொண்டார்கள்.

அந்தச் சின்ன சந்தோஷம் கூட இல்லையென்றால் இந்த வேலையில் செத்து சுண்ணாம்பு ஆகவேண்டியதுதான். சரஸ்வதிக்கு முகத்தில் தண்ணீர் தெளித்து ஆசுவாசப்படுத்தி விட்டு பிணவறைக்குள் நுழைந்தார்கள்.

“ரசிதாம்மா ஒரு கை கொடுங்கள்...” தோழர் சாந்தகுமார் அழைத்தார்.

“இருவர் இருவராக காடாத்துணி சுற்றுங்கள். பாப்பா... நீங்கள் எல்லோரும் வாசனை திரவியம் தெளியுங்கள்.”

எத்தனையோ வருஷமாய் செய்துவரும் அனுபவத்தில் தோழர் கம்பீரமாக அடுத்தது அடுத்தது என்று வேலையைச் சுலபமாக்கினார்.

“குழந்தைகளே... நீங்கள்தான் இவர்களுக்கு உறவுகள். நீங்கள்தான் கொள்ளி போடுவீர்கள் அல்லது புதைக்கத் தோளில் தூக்குவீர்கள். சரியா?”

நடுத்தர வயதுப் பெண்மணிகளுக்குக் கூட வாழ்க்கையின் கோரமுகம் அனுபவம் புரிந்திருக்கும். இளம் கல்லூரி மாணவிகளும் எந்த அசூயையும் இல்லாமல் இயல்பாகத் தொட்டுத் தூக்கினார்கள்.

“எத்தனை பாடி?”

“இன்று பத்து, நாளை பத்து ரவுசு.”

“எல்லாம் ரெடி பண்ணிட்டியா தோழர்?”

"செய்தாயிற்று ரவுசு. டீன், Rmo, Mo வெளியில் காத்திருக்கும் பத்திரிகை ஊடகக்காரர்கள், காவல்துறையினர் எல்லோருக்குமே பெண்கள் குழு வந்திருப்பதும் தெரியும். சுடுகாட்டுக்கும் தகவல் தந்தாயிற்று. சடலம் வேண்டி விண்ணப்பம் தந்தாயிற்று. சுகாதார ஆய்வாளரும் கடிதம், வாகனம் இடுகாட்டு அறிக்கை முதற்கொண்டு முடித்தாயிற்று. வேறென்ன வேண்டும் ரவுசு?"

"தோழரே... கில்லாடி நீங்க. இன்னிக்கு நேத்தா வர்றீங்க... இதெல்லாம் ஜுஜுபி உங்களுக்கு."

டீ முடித்து வந்த ரவுசு, கிடங்கிலிருந்து ஒவ்வொரு சடலத்தையும் பெண்களோடு தூக்க, தம் பிடித்து எல்லோரும் மல்லுக் கட்டினார்கள்.

"காவ்யா... ஒரு கை புடி. தூக்க முடியல... வழுக்குது." - ரசிதா சொல்லும்போதே கனம் தாங்காமல் தலைப் பகுதி கையை விட்டு நழுவியது.

கீழே பொதேர் என்று விழுந்தது அந்தச் சடலம். உயரமான இரும்புக் கிராதியிலிருந்து வீழ்ந்தால் வலியில் எப்படித் துடித்திருக்க வேண்டும்? உயிரில்லாத நிலையில் சடலத்துக்கு வலியாவது? ஒன்றாவது?

"ஏன் அழற ரசிதா? பொணத்துக்கு வலிக்கவா போவுது?"

"பொணத்துக்கு வலிக்காது காவியா. எனக்கு மனசு வலிக்குது. எங்களோட பாட்டிம்மா கீழ விழுந்துட்ட மாதிரி இருந்துச்சு."

வெள்ளந்தியாக ரசிதா சொன்னதும் தோழர் சாந்தகுமார் புளகாங்கிதமானார்.

"அடடா... இதுதானே மனிதநேயம்? சபாஷ். எதிர்கால சந்ததியினர் மனிதாபிமானத்தோடு இருப்பதே மகிழ்ச்சி. பிணத்துக்கு வலிக்கும் என்று கண்ணீர் வடிக்கும் ரசிதா வாழ்க" கைதட்டினார்.

அது பிணங்கள் குடியிருக்கும் கிடங்கு. தினம் தினம் பிணம் அறுப்பதும் பொட்டலம் கட்டுவதுமான வேலை மட்டுமே நடக்கும் இடம்.

அங்கேயும் நகைச்சுவை உண்டு, கைதட்டல் உண்டு, சினிமா பாட்டு உண்டு, சகலமும் உண்டு. அந்தச் சடலங்களுக்கும் இந்தச் சந்தோஷங்கள் பிடிக்குமோ என்னவோ?

★★★

தன் முயற்சியில் சற்றும் மனம் தளராத விக்கிரமாதித்தன், மரத்தில் ஏறி அதில் தொங்கிய உடலைக் கீழே வீழ்த்தினான். பின்னர் கீழேயிறங்கி அதைத் தோளில் தூக்கிக்கொண்டு மயானத்தை நோக்கிச் செல்கையில், வேதாளம் கேட்டது.

"மன்னா, இரவு பகலாக இவ்வாறு காட்டிலும் மேட்டிலும் நடுநிசியில் திரியும் உன்னைக் கண்டு பரிதாபமாக இருக்கிறது. நீ தேடும் பொருள் உனக்குக் கிடைக்க என் கேள்விக்குப் பதில் சொல்... பெண்கள் சுடுகாட்டுக்கு வரக்கூடாது; பெண்கள் பிணமெரிக்கக் கூடாது. இதுமாதிரியெலாம் பத்தாம்பசலித்தனமான சடங்குகளை பெண்கள் மீது திணித்து காலம் காலமாக அவர்களை அடக்கி ஒடுக்கி வைத்த சமூகம் குற்றவாளியா? இல்லையா?"

"ஆமாம். குற்றவாளிதான் என்று எல்லோரும் அறிந்த அந்த ரகசியத்தை நான் வெளிப்படையாகச் சொல்ல வேண்டுமா? பச்சைக் குழந்தைகூட இதற்குப் பதில் சொல்லுமே" என்றான். விக்கிரமாதித்தனின் சரியான பதிலினால் அவன் மௌனம் கலையவே, வேதாளம் தான் தங்கியிருந்த உடலுடன் பறந்துசென்று, மீண்டும் முருங்கை மரத்தில் ஏறிக்கொண்டது.

***

அத்தியாயம் 9

"லதாக்கா..."

"என்ன ரவுசு?"

"பொம்பளைங்க சுடுகாட்டுக்கு வரக் கூடாது. பொணத்தைத் தூக்கக் கூடாதுன்னு சொல்வாங்க. இப்ப நீங்க அல்லாருமா அத்தனையும் பண்றீங்க.?"

"ஆமா... அதுக்கென்ன இப்போ?" புஷ்பவல்லி சர்வசாதாரணமாகக் கேட்டாள்.

"அப்படீன்னா இத்தினி வருஷமா அவங்க சொன்னதெல்லாம் கட்டுக் கதையாக்கா?"

வேகவேகமாகக் காடாத்துணியைச் சுற்றி, யூகலிப்டஸ், கிருமி நாசினி, வாசனை திரவியம் தெளித்தபடி ரவுசு கேள்வி கேட்பதிலும் மும்முரமாக இருந்தான். தோழர் சாந்தகுமார் சிரித்தார்.

"ரவுசு... நீ பெரியாரோட வாரிசு. பெண்களை அடக்கி வைக்கறதுக்காகத்தானே இத்தனை கட்டுப்பாடு பண்ணியது சமூகம்? அதில் இதுமாதிரி மூடத்தனம் நெறையவே இருக்கிறது. இதோ, என் பெண் வந்திருக்கிறாள். அவளோட படிக்கறவங்களும் வந்திருக் கிறார்கள்..."

"ரவுசு... பொண்ணுங்களோட துணிச்சல் ஜாஸ்தி. அடிச்சு நொறுக்கணுமா? அவங்க ரெடி.... நொறுக்கி அடிக்கணுமா? அதுக்கும் அவங்க ரெடி. இல்லியா புஷ்பாக்கா?"

"ஆமா... ஆஆ... தெனமும் அவ கையிலே பூரிக்கட்டைதானே பேசுது.... இல்லியாக்கா?"

லதா கிண்டல் பேச, ஏதோ கல்யாண வீட்டில் சுற்றி உட்கார்ந்து எல்லோரும் காய்கறி நறுக்குவது மாதிரி கலகலப்பாகச் செய்து கொண்டிருந்தார்கள் பிணம் கட்டுதலை.

“ஆமா அங்கிள், உங்களோட தோழர் அறக்கட்டளை மாதிரி பொண்ணுங்களே நடத்தணும்கறதுதான் என்னோட ஆசை.”

ரஸிதா பேகம் - கைகள் பூக்கட்டுவது மாதிரி சடலங்களைத் தயார் செய்தாள் வேகமாக. ரெண்டு பேர் மூணு பேராகச் சேர்ந்து பிணங்களை இரும்பு ஸ்ட்ரெச்சரில் தூக்கி வைத்து வெளியே ஆம்புலன்ஸுக்கு எடுத்துச் சென்றார்கள்.

“பாப்பா... உங்களுக்கெல்லாம் இந்தப் பொண நாத்தம் குமட்டலியா?”

“முதல்ல குமட்டுச்சு. மயக்கமா வந்துச்சு, தலை சுத்துச்சு. வீட்டுக்குப் போனா சாப்பிடப் பிடிக்கல. தூங்க முடியல. கண்ணை மூடினா பொணம் பொணமாத் தெரிஞ்சுது...”

ரஸிதா பேகத்தின் கண்ணில் இப்போதும் நீர் கோர்த்துக்கொண்டது. கல்லூரிப் பருவத்தில் நினைத்துப் பார்க்க முடியாத வேதனைதானே இது.

“இதைச் சொல்லு ரஸிதா... அந்த நாத்தம் இருபத்து நாலு மணிநேரம் கூடவே தொறத்துச்சே... அது ரொம்ப அவஸ்தைதான்.”

“காவ்யா... நாம அப்பப்போதான் வர்றோம். ரவுசு, மாயாண்டிண்ணே, பழனி தம்பி, ரங்கம்மா எல்லாரும் இங்கியேதானே இருக்காங்க... அவங்களுக்கு எவ்வளவு நாத்தமடிக்கும்?”

“ஆமா லதாக்கா. இப்ப எல்லாமே பழகிடுச்சு. பொணம் பழகிடுச்சு, பொண நாத்தம் பழகிடுச்சு, பொண நாத்தம் மரத்துக் கூடப் போயிடுச்சு.” - மிக இயல்பாகச் சொன்னாள் புஷ்பவல்லி.

“கோயில் பூசாரிக்குச் சாம்பிராணி வாசனை மரத்துப் போகும். பூக்காரங்களுக்கு பூ வாசனை மரத்துப் போகும். சடலத்தோட இருப்பவங்களுக்கு ரத்த வாசனை, பிண வாசனை மரத்துப் போகும் ரவுசு.” நிதர்சனத்தைப் புட்டுப் புட்டு வைத்தார் தோழர் சாந்தகுமார்.

குளிர்ப்பதனம் இல்லாததால் நேரம் போகப் போகப் பிணவறை நாற்றம் அதிகமானது. அத்தனையும் பொறுத்துக்கொண்டு வேலை செய்தார்கள் எல்லோரும்.

மாயாண்டி, பழனி, ரவுசு, ரங்கம்மா, தோழர், பெண்கள், தரையில் நெளிந்த புழுக்கள் வழிந்த ரத்தத்தில் மொய்த்த ஈக்கள், துள்ளித் துள்ளிப் பாய்ந்து ஒவ்வொருத்தர் காலிலும் ஏறிய அந்தத் துள்ளுப் பூச்சிகள்... இப்படி ரணகளமாக இருந்தது அந்த இடம்.

அங்கே வேலை செய்பவர்களும் மனிதர்கள்தான். மனிதாபிமான அடிப்படை வசதிகள் கூட இல்லாத சூழலிலும் அவர்கள் தொடர்ந்து வேலை செய்கிறார்கள். மாட்டோம் என்று வேலை நிறுத்தம் செய்தால் சகலமும் நாறிப்போகும். ஏஸி. இல்லையா? உடனடியாகச் சரி செய்யலாம்.

வேலை செய்ய வசதியாக மின்விசிறி ஏற்பாடு செய்யலாம். இன்னமும் அதிகமான உதவியாளர்களை நியமிக்கலாம். கொஞ்சம் மரியாதை தரலாம். இவர்களுடைய வேலைக்கும் கொஞ்சம் கௌரவம் தரலாம். இப்படி எந்தவிதமான அக்கறையும் இல்லாத சூழலில்தான், பிணம் பெற்றுச் செல்லக் காத்திருக்கும் உறவு ஜனத்தின் முகத்தாட்சண்யம் பார்த்து இவர்கள் வேலை செய்கிறார்கள்.

அவர்களுக்கான சடலத்தைச் சீக்கிரமாக அறுத்து முடித்து அனுப்பி வைத்தால்தான், இறந்துபோனவர்களுக்கான இறுதி மரியாதை சரியாக நடக்கும்.

இந்த உச்சபட்ச மனிதாபிமானம்தான் பிணக் கூராய்வு அறைகளைத் தொடர்ந்து இயங்க வைக்கின்றன.

“சாக்கடை அள்ளறவங்க கூட சாராயம் குடிச்சாத்தான் சாக்கடைக் குழில இறங்க முடியும். எங்களுக்கு என்ன ரூலு தெரியுமா? பொணம் அறுக்கும்போது சுத்தபத்தமா இருக்கணும். குடிக்கக் கூடாதாம்… தலைவருக்கு இந்த கண்டிஷன்லாம் ஓகே. எனக்கு முடியலப்பா உசுரு போவது.”

பத்துப் பதினைந்து சடலங்களை வெள்ளை காடா சுற்றித் தயார் செய்ததில் வியர்த்துக் கொட்டியது பழனிக்கு.

நீண்ட நேரமாக வேலை செய்ததில் தலை சுற்றியது. நெஞ்சு வலிப்பது போலவும் இருந்தது. தலையைப் பிடித்துக்கொண்டு ஓரமாக உட்கார்ந்தான்.

அறுத்த பிணங்களின் ரத்தம் கையில் தோய்ந்திருந்தது. மொய்த்த ஈக்களை விரட்டி விரட்டி ஓய்ந்து போனான்.

ஓடாத மின்விசிறி புழுக்கத்தை ஜாஸ்தி பண்ணியது. அறைப் புழுக்கம், மனப் புழுக்கம் இரண்டும்தான்.

“டேய் ரவுசு… பழனிக்கு ஒரு வாய் எடுத்துக்குடு. ஒரு மாதிரியா வர்றான் பாரு. கொஞ்சம் உள்ள போனாத்தான் ஸ்டெடி ஆவான்.”

அப்போதுதான் உள்ளே வந்த மாயாண்டி அக்கறையாகச் சொன்னார். ரவுசு தன் பாக்கெட்டிலிருந்து பாட்டில் எடுத்து பழனியிடம் தந்தான்.

"இந்தா பழனி... தலைவரே சொல்லிட்டாரு."

"எல்லாரும் தலைவரு மாதிரி ஆயிட முடியுமா? குடிக்காம பொணம் அறுக்கற ஒரே ஆளு தலைவருதான். பீநாத்தம், பொண நாத்தம், சாக்கடை நாத்தமெல்லாம் குடிச்சாதான் தாங்க முடியும். இல்லேன்னா செத்துடுவோம். எனக்குக் குடும்பம் இருக்கு. புள்ளை குட்டி இருக்கு. தலைவர் மாதிரி பொண்டாட்டி இல்லாத ஒத்தை மனுஷனா நானு?" சரக்கு உள்ளே போனதும் சரளமாக வார்த்தைகள் வெளியே வந்தன பழனிக்கு.

"லெட் மீ ஸிங் எ குட்டி ஸ்டோரி
பே அட்டென்ஷன் லிஸன் டு மீ
இஃப் யூ வான்ட் டேக் இட்
ஆர் எல்ஸ் வேணாம் டென்ஷன் லீவ் இட் பேபி
லைஃப் இஸ் வெரி ஷார்ட் நண்பாஆண்டாள்
ஆல்வேஸ் பீ ஹாப்பி பலவித
பிராப்ளம்ஸ் வில் கம் அண்டு
கோ கொஞ்சம் சில் பண்ணு மாப்பி....."

சரக்கும் பாட்டுமாக பழனி ஆசுவாசம் ஆனான்.

"சரி சரி, சீக்கிரம் முடிங்க. இன்னிக்கு கொரோனா கேஸூம் நிறைய வருதாம். கொஞ்சம் வெயிட் பண்ணச் சொல்லியிருக்காங்க."

ஒவ்வொரு சடலமாகப் பெண்கள் வெளியே எடுத்துப் போனார்கள். புதிய சடலங்கள் எடுத்து வரவேண்டும் என்று கொரோனா வார்டிலிருந்து அழைப்பு வந்து கொண்டேயிருந்தது.

"ஐயோ சாமி... இந்த பி.எம் முடிச்சுட்டு நா குவார்ட்டர் அடிச்சிட்டுப் போய்ப் படுத்தாகணும். இல்லேன்னா செத்துடுவேன் தலைவா. ஐயோ சாமி... என்னால முடியலியே."

தரையில் உட்கார்ந்து குமுறிக் குமுறி அழ ஆரம்பித்தான் பழனி.

"இது ஒரு வேல. இது ஒரு சம்பளம். இதுக்கு கூடுதல் நேரம் வேற... ரோட்டுல உக்கார்ந்து பிச்சை எடுத்தாக்கூட நிம்மதியா இருக்கும். முடியல ரவுசு... எனக்கு இப்பவே சட்டையக் கிழிச்சிட்டு ஓடிடணும் போல இருக்கு. தலைவர் எப்படித்தான் இத்தினி வருஷமா இங்க குப்பை கொட்டறாருன்னு தெரியல."

கண்ணீர் கொட்டியது. கையிலிருந்த கத்திரிக்கோலால் தன் தலையில் பளார் பளாரென அடித்துக்கொண்டான் பழனி.

இந்த வேலையிலும் கூட மகிழ்ச்சியும் சந்தோஷமுமாக இருக்கும் பழனி, மனசு உடைந்து அழுவதைப் பார்த்து லதா, புஷ்பவல்லி, காவ்யா, ரஸிதா பேகம் எல்லோரும் அதிர்ந்துதான் போனார்கள். "பழனி... சிறிது தண்ணீரால் முகத்தைக் கழுவுங்கள். கொஞ்சம் ஆசுவாசம் பிறக்கும். நாங்கள் இருக்கிறோம் உங்களுக்கு உதவ.."

தோழர் தண்ணீரை முகத்தில் தெளிக்க, ரவுசு கத்திரிக்கோலைப் பிடுங்க, ரங்கம்மா ஓடியே வந்தாள்.

"அப்ப வந்துச்சே அம்மாவத் தேடி ஒரு பொண்ணு... மயக்கமாயிக் கெடந்தாளே... இப்ப முழிச்சுப் பாத்து மார்ல அடிச்சிட்டு அழறா. என்னா பண்றது ரவுசு?"

"ரங்கநாயகின்னுதானே பேரு? இதோ இருக்கு பாரு அந்த பாடி." கிடங்கிலிருந்து ரங்கநாயகியைக் கண்டுபிடித்தான் ரவுசு.

"நல்லவேளை அனாதைப் பொணமா போகல அந்தம்மா..." பெருமூச்சு விட்டார் மாயாண்டி.

***

தன் முயற்சியில் சற்றும் மனம் தளராத விக்கிரமாதித்தன், மரத்தில் ஏறி அதில் தொங்கிய உடலைக் கீழே வீழ்த்தினான். பின்னர் கீழேயிறங்கி அதைத் தோளில் தூக்கிக்கொண்டு மயானத்தை நோக்கிச் செல்கையில், வேதாளம் கேட்டது.

"மன்னா, இரவு பகலாக இவ்வாறு காட்டிலும் மேட்டிலும் நடுநிசியில் திரியும் உன்னைக் கண்டு பரிதாபமாக இருக்கிறது. நீ தேடும் பொருள் உனக்குக் கிடைக்க என் கேள்விக்குப் பதில் சொல்... சுதந்திரம் பெற்று முக்கால் நூற்றாண்டு காலத்திற்குப் பின்னாலும் கூட பிணக்கூராய்வு போன்ற பணி செய்பவர்களின் வாழ்க்கை நிலை இழி நிலையினும் கீழானதாக இருக்கிறதே? எத்தனை அரசுகள் வந்தாலும் போனாலும் இந்தப் பணியாளர்களின் நிலைமை அதலபாதாளத்திலேயே இருப்பது ஆட்சியாளர்களின் குற்றம் என்று சொல்லலாமா?"

"ஆட்சியாளர் குற்றம்தான் என்று எல்லோரும் அறிந்த அந்த ரகசியத்தை நான் வெளிப்படையாகச் சொல்ல வேண்டுமா? பச்சைக் குழந்தைகூட இதற்குப் பதில் சொல்லுமே" என்றான். விக்கிரமாதித்தனின் சரியான பதிலினால் அவன் மௌனம் கலையவே, வேதாளம் தான் தங்கியிருந்த உடலுடன் பறந்துசென்று, மீண்டும் முருங்கை மரத்தில் ஏறிக்கொண்டது.

***

அத்தியாயம் 10

“கண்ணுக்குள்ள வச்சு வளர்த்தியே. இப்பிடி அனாதைப் பொணமுன்னு அள்ளிப் போட வச்சுட்டானே பாவி படுபாவி.”

கமலாவின் கதறல் அதிகமானது. ரங்கநாயகி சடலம் யாராலும் தொடமுடியாத மாதிரி அழுகியிருந்தது. அந்த அழுகலும், நாற்றமும் கமலாவுக்கு ரொம்பவே புதிது. கதை கதையாகச் சொல்லி அழுதாள். அம்மாவைக் கட்டிக்கொண்டு அழவேண்டும் என்று ஆசை. அவளைக் கரு சுமந்த தாய் வயிற்றில் முகம் பதித்து அழவேண்டும் என்று ஆசை. அம்மாவின் கைவிரல் பிடித்து முகத்தோடு இழைத்துக் கொள்ள வேண்டும் என்று ஆசை. ஆனாலும் கமலாவால் செய்ய முடியவில்லை.

சொந்த உறவுக்காரர்களே கூட இது மாதிரியான சடலங்களைத் தொடுவதற்கு அசூயைப்படுவார்கள். தொட்டால் உடம்பு குறுகுறுக்கும். தொடுவதற்குக் கையைக் கொண்டுபோனாலும் சட்டென இழுத்துக் கொள்ளத் தோன்றும். அதே தான் நடந்தது கமலாவுக்கும். பூமாதிரி அம்மா படுத்திருப்பாள். அப்படியே வீட்டுக்கு எடுத்துவந்து இறுதி காரியம் வாத்தியார் வைத்துச் செய்து வழியனுப்பலாம். இப்படி.. நினைத்ததில் ஒன்றையும் செய்ய முடியாது போலிருக்கிறது.

இத்தனை நாற்றமான சடலத்தை எப்படிக் குடியிருப்புப் பகுதியில் எடுத்துப்போக? இன்னும் தாமதமானால் உடம்பு இன்னமும் கூட கூழாகிவிடும் போல பயந்தாள். அம்மாவே ஆனாலும் அழுகிய உடம்பை அக்கம் பக்கத்து வீட்டுக்காரர்கள் ஒத்துக்கொள்வார்களா என்ன? இறுதிச் சடங்கு செய்ய வரும் வாத்தியார் கூட துண்டினால் மூக்கை மூடிக்கொண்டு ஓடிவிடுவாரே... தவிர, இந்தக் கொரோனா காலத்தில் இது மாதிரியான விஸ்தாரமான சடங்கு செய்வதற்கு ஆட்கள் கிடைப்பார்களா? எப்படி ஒற்றை மனுஷியாக ஏற்பாடு செய்ய முடியும்?

“அண்ணங்காரனும் அண்ணியும் ஒரு வாய்ச் சோறு போட வக்கில்ல. உன்னை இப்படிப் பாக்க நா என்ன பாவம் செஞ்சேன்? ஒத்தை மனுஷியா எங்களை வளர்த்து ஆளாக்கின. உனக்கு நாதி இல்லாமப் போயிடுச்சேம்மா... இந்தப் பாவம் இன்னும் எத்தனை

ஜென்மத்துக்கு வருமோன்னு தெரியல்லியே. கடைசி காரியம் பண்ணக் கூட உம் மவனுக்கு மனசில்லியே..." மண்புழுதியில் விழுந்து கதறினாள் கமலா.

"சகோதரி அழாதீர்கள்... இப்போதாவது நீங்கள் தாயை அடையாளம் கண்டீர்கள், கடைசி முகம் பார்த்துவிட்டீர்கள். அதற்கே சந்தோஷம் கொள்ளுங்கள்."

ஆசுவாசப்படுத்தினார் தோழர். மாயாண்டியும் மனசு உடைந்து தான் போனார்.

"என்ன வாழ்க்கை பாருங்க தோழர்... அம்மா அப்பான்னு புள்ளைங்களை உசுருல வச்சு வளர்க்கறோம். கடைசி காலத்துல இப்படி லோல்படறாங்க பெருசுங்க..."

ஆற்றாமை பொங்கியது அவருக்கு.

"சரிம்மா... நீங்க எடுத்துட்டுப் போறீங்களா அம்மாவ? நாங்க அடுத்த வேலை பார்க்கணும். கொள்ளையாக் குமிஞ்சிருக்கு சோலி."

"ஐயா... எப்படி வண்டிக்கு ஏற்பாடு பண்ண? வீட்டுக்கு எடுத்துட்டுப் போனாலும், யாருமே அங்க சேர்த்துக்க மாட்டாங்க. கடைசி விஷயம்லாம் எப்படி செய்யறது? சுடுகாட்டுக்கு எப்படி சொல்றது? எதுவுமே தெரியாதுய்யா..." கையெடுத்துக் கும்பிட்டு அழுதாள் கமலா.

"சரி அழுவாதம்மா... நீ வேணாங் காட்டியும் அனாதைப் பொணமுன்னே அள்ளிட்டுப் போனாதான் சவுகரியம். என்னா சொல்ல வரே நீ?" ரங்கம்மா புகையிலையை வாயில் அதக்கிக்கொண்டாள்.

"ஆண்ட்டி கவலைப்படாதீங்க. நாங்களே எடுத்துட்டுப் போயி எல்லாத்தையும் முடிச்சிடறோம்..." அந்தச் சிறு பெண்கள் காவியாவும், ரஸிதாபேகமும் பேசியதன் அக்கறை கமலாவை முழுசாக நொறுக்கிப் போட்டது.

"ஐயோ கடவுளே... எம்மக வயசு உங்களுக்கு. எங்கண்ணனுக்கு உங்க வயசுல பொண்ணுங்க இருக்கு. ஆனா, உங்க பக்குவம் எங்க யாருக்குமே இல்லையே..."

கதறவும் பதறவுமாக நேரம் கழியக் கழிய, ரவுசு அவசரப் படுத்தினான்.

"சரி, இதையும் ரெடி பண்ணிடலாம். இவங்களே எடுத்துட்டுப் போயிடுவாங்க."

கையில் காடாத் துணியோடு வேலையை ஆரம்பிக்க, சுற்றிலுமிருந்த ஜனம் ஆச்சர்யமும் வேதனையுமாக ஆவலாதி கேட்பது போல இருந்தார்கள்.

"கடைசி முகம் பாரும்மா..."

மாயாண்டியின் குரலில் உடைந்தே போனாள் கமலா.

"கடைசியா ஒரு வாய் பால் கூட ஊத்தி அனுப்பமுடியலியே... பாவி பாவி படுபாவி நானு..." அரற்றல் தீரவில்லை கமலாவுக்கு.

கூட்டத்தில் யாரோ ஒரு பெண் சொன்னாள்.

"இந்தாம்மா... என் பாப்பாவுக்காக வாங்கின பால் இது... அம்மாவுக்கு ஊத்து, உன் கையால பால் வாங்கிக்கட்டும்."

டம்ளரில் வைத்திருந்த பாலை கமலா கையில் தந்தாள் அந்தப் பெண்.

கண்கள் சிவந்திருக்க, மூக்கில் சளி வழிய, தொண்டை வலிக்க, குனிந்து அம்மா வாயில் பால் ஊற்ற, அத்தனையும் வழிந்தது. ஈக்களும் சுற்றியிருந்தவர்களும் வேடிக்கை பார்க்க மடமடவென்று காரியம் நடந்தது.

ஒன்றன்பின் ஒன்றாக வண்டியில் சடலங்கள் ஏற்றப்பட்டன.

"தாயே... மாலை மரியாதையோடு உங்கள் அம்மாவை இந்தப் பெண்கள் தோள் சுமந்துதான் வழியனுப்புவார்கள். கவலை வேண்டாம்." ஆசுவாசப்படுத்தினார் தோழர்.

"நாங்களே குழிவெட்டி பத்திரமா நல்லபடியா செஞ்சு முடிப்போம் ஆண்ட்டி. நீங்க கவலைப்படாதீங்க."

காவ்யா அம்மாவைத் தூக்கி வண்டியில் வைத்தாள். ஒவ்வொன்றாக மற்ற சடலங்களையும் ஏற்றினார்கள்.

"ரிப்போர்ட் வாங்கிட்டீங்களா தோழர்?"

மாயாண்டி அத்தனை களேபரத்திலும் காரியத்தில் கருத்தாகக் கேட்டார்.

"லாக்டவுன் நேரம். அங்கங்க போலீஸ் செக்கிங் வேற இருக்குது."

"ஆமாம் தலைவரே... எல்லாமே தயார் நிலையில்தான் உள்ளது. இதோ பாருங்கள்." தாள்களைக் காட்டிப் புறப்பட்டார்கள்.

"UNDER RULE 10 OF THE RULES RELATING TO VITAL STATISTICS"

கோயம்புத்தூர் மாநகராட்சி
இடுகாட்டு அறிக்கை
வ.எண் 057070
இடுகாட்டின் பெயர் - crematorium p.n.palayam
மரணமடைந்தவர் - ஆண்/பெண்
வயது - 70
மரணமடைந்தவரின் மதம் - இந்து
மரணமடைந்தவரின் பெயர் - ரங்கநாயகி
மரணமடைந்தவரின் தொழில் - குடும்பத் தலைவி
மரணமடைந்தவரின் தந்தை/கணவர் பெயர் - சந்திரசேகர்
மரணமடைந்தவரின் மனைவி பெயர் -
மரணமடைந்த தேதி - 3-9-2020
மரணமடைந்த இடம் - மருத்துவமனை/வீடு
மருத்துவமனையின் பெயரும் முகவரியும் - Death at G.H. கோவை.
வீடாக இருப்பின்
கதவு எண் -
வார்டு எண் -
தெரு பெயர் -
மரணத்தின் காரணம் - மாரடைப்பு, முதுமை வியாதியாக இருந்த காலம் - 1-9-2020 - 3-9-2020
மருத்துவம் செய்தவரின் பெயர் - Dr. P.M cbe
அடக்கம் செய்த விதம் தகனம்/புதைத்தல் அடக்கம் செய்த தேதி - 20/9/2020
அடக்கம் செய்த வெட்டியான் பெயர் - Raju
விபரம் அறிவிப்பவரின் பெயர் - தமிழ்மணி 12/11, 2/2
முகவரி - voc nagar 8th st koilmedu 641 025
கையொப்பம் - தமிழ்மணி

"இந்தாருங்கள் தாயே... உங்கள் தாயின் இடுகாட்டு அறிக்கை"
வேலை மெனக்கெட்டு கமலாவிடம் கொண்டுவந்து கொடுத்தார் தோழர் சாந்தகுமார்.

"இதோ பாருங்கள் உங்கள் தாயைத் தோளில் சுமந்து அந்த நான்கு பெண்கள் குழிவெட்டி அடக்கம் செய்த புகைப்படம்."

அலைபேசியில் காட்டினார் தோழர். கண் கொண்டு பார்க்க முடியாமல் துக்கப்பட்டாள் கமலா.

“தம்பி... நீங்க தெய்வம் தம்பி. என்னைத் தொடாதே. தள்ளி நில்லு... ஓரமா ஒதுங்கி நில்லுன்னு ஒருத்தரை ஒருத்தர் சொல்றோம். ஆனா, நீங்க இந்த மாதிரி வேலையை ரொம்ப இயல்பா பண்றீங்க. நீங்க தெய்வம் தம்பி.” நெகிழ்ச்சியோடு கையெடுத்துக் கும்பிட்டாள். “பெத்த அம்மா சடலத்தோட நாத்தம் எனக்கே தாங்கமுடியல. ஆனா, நீங்க ஒங்க மனைவியவும் செய்ய வைக்கறீங்க. ஒங்க மகளையும் செய்ய வைக்கறீங்க. கடவுளே... தெய்வமே... என்ன மனசு உங்களுக்கு. நீங்க தப்பா நெனைக்கலீன்னா இத நீங்க ஏத்துக்கணும். செலவுக்கு வச்சுக்கோங்க சின்ன தொகைதான்.”

“இல்லை தாயே... நாங்கள் நன்கொடைகளை ஏற்பதில்லை. எங்களின் கைக்காசைப் போட்டுத்தான் எல்லாச் செலவையும் செய்கிறோம், மயானச் செலவு உட்பட. அதனால்தான் நான் கூனிக் குறுகாமல் நிமிர்ந்து நிற்கிறேன் தாயே” மிக இயல்பாகச் சொன்னார் தோழர்.

⋆⋆⋆

தன் முயற்சியில் சற்றும் மனம் தளராத விக்கிரமாதித்தன், மரத்தில் ஏறி அதில் தொங்கிய உடலைக் கீழே வீழ்த்தினான். பின்னர் கீழேயிறங்கி அதைத் தோளில் தூக்கிக்கொண்டு மயானத்தை நோக்கிச் செல்கையில், வேதாளம் கேட்டது.

“மன்னா, இரவு பகலாக இவ்வாறு காட்டிலும் மேட்டிலும் நடுநிசியில் திரியும் உன்னைக் கண்டு பரிதாபமாக இருக்கிறது. நீ தேடும் பொருள் உனக்குக் கிடைக்க என் கேள்விக்குப் பதில் சொல்... கோடிகோடியாகச் செல்வம் இருப்பவர்கள் இன்னும் வேண்டும் இன்னும் வேண்டும் என்று அறமின்றி பரிதவிக்கிறார்கள். தோழர் போன்ற எளியவர்கள் அறன் சார்ந்து வாழ்ந்து விஸ்வரூபம் எடுக்கிறார்களே! இந்த வரிசையில் யார் உயர்ந்த மனிதன்? செல்வந்தரா? தோழரா?”

“தோழர்தான் உயர்ந்த மனிதர் என்று எல்லோரும் அறிந்த அந்த ரகசியத்தை நான் வெளிப்படையாகச் சொல்ல வேண்டுமா? பச்சைக் குழந்தைகூட இதற்குப் பதில் சொல்லுமே” என்றான். விக்கிரமாதித்தனின் சரியான பதிலினால் அவன் மௌனம் கலையவே, வேதாளம் தான் தங்கியிருந்த உடலுடன் பறந்துசென்று, மீண்டும் முருங்கை மரத்தில் ஏறிக்கொண்டது.

⋆⋆⋆

அத்தியாயம் 11

காலம் எதற்காகவும் நிற்பதில்லை. யாருக்காகவும் நிற்பதில்லை. பிறப்பு, இருப்பு, இறப்பு எல்லாவற்றையும் புறம்தள்ளி விட்டுக் காலம் ஓடுகிற ஓட்டம் அதிர்ச்சியும் தருகிறது. ஆச்சர்யமும் தருகிறது. கொஞ்சம் அச்சமும் தருகிறது. காலம் என்பது உணர்வுகளற்ற அரக்கனா? உணர்வுகளைத் துறந்த ஞானியா? கொஞ்சமும் இரக்கமேயில்லாத சாத்தானா? இன்பம், துன்பம், வலி, வேதனை எல்லாமே இயல்பாக பாவிக்கக்கூடிய இறைமையா?

எது எப்படியானால் என்ன?

துக்கம் முடிந்தாக வேண்டும் ஒருநாள் இல்லாவிட்டாலும் ஒரு நாள் அவரவர்க்கென விதித்திருக்கும் மிச்ச சுவாசத்தைத் தீர்த்தே ஆக வேண்டும். மாயாண்டியும் அப்படித்தான் மனநிலைக்கு வந்திருந்தார். வேலையில் ஆயிரக்கணக்கான பிணங்களை அறுத்து பிணக்கூராய்வு செய்திருந்தால்தான் என்ன? சொந்த மகனின் சடலத்துக்குப் பிணக் கூராய்வு செய்யவேண்டிய சூழல் வந்தபோது பைத்தியம்பிடித்த மாதிரி மருத்துவமனை வராந்தாவில் நீளமாக ஓடினார். குறுக்கும் நெடுக்குமாக ஓடினார். "ஐயோ... ஐயோ... நா என்ன பாவம் பண்ணேன்? என் நெஞ்சு வெடிச்சுடும். பைத்தியமே புடிச்சுடும் எனக்கு. நா பண்ண மாட்டேன். எம் புள்ளைக்கு நா பி.எம் பண்ணமாட்டேன்..." இப்படி அரற்றி மார்பில் அடித்துக்கொண்டு மயங்கி விழுந்தவர்தான். அப்புறம் ஒருவழியாக கூராய்வு நடைமுறைகளையெல்லாம் பழனிதான் செய்துமுடித்தது, மயக்கம் தெளிந்து பார்த்த பின்னாலும் பித்துப்பிடித்த மாதிரி விட்டத்தையே வெறித்துப் பார்த்தது, பிரமை பிடித்த மாதிரி அழுகை, பேச்சு, கண்ணீர் எல்லாமே மறந்து போன, வெறுமனே உணர்வற்ற ஜடமொன்று உட்கார்ந்திருந்தது போன்றுதான் இருந்தார் மாயாண்டி.

ஆசை ஆசையாகக் கட்டிய புதுவீடு. சிறுகச் சிறுகச் சேமித்து உள்ளங்கை அளவில் கட்டிய புதுவீடு, சந்தனம் உயிரோடு இருந்த வரைக்கும் கட்டவேண்டும் என்று கனவு கண்ட புதுவீடு. அங்கே ஒரு

கல்யாணம் நடக்கும், குழந்தைப் பிறப்பு நடக்கும், சந்தோஷமாக மகளுக்கோ, மகனுக்கோ நல்லது நடக்கும் என்று நினைத்த நினைப்பில் மண்விழுந்த மாதிரி நடந்தது உதயாவின் இறுதிச் சடங்கு.

மாயாண்டிக்கு அழுகை மறந்துபோனது. கண்ணீர் இல்லாமல் போனது. மனசு மரத்துப் போனது. எல்லாமே இற்றுப்போனது. மகனுக்குக் கொள்ளி போடுவது என்பதுதான் ஒரு தகப்பனுக்கு உச்சக்கட்ட வேதனையாக இருக்கமுடியும். புத்திரசோகம் என்பதைத் தாண்டிய சோகம் ஓர் அப்பனுக்கு இருந்துவிட முடியுமா?

எப்படியோ புதுவீட்டின் வாசனை மறைவதற்குள் அங்கே வீடு முழுக்க மரணவாசனை அப்பிக் கொண்டது. இதயாதான் கொஞ்சம் கொஞ்சமாக அப்பாவைத் தேற்றிக்கொண்டிருந்தாள். வீட்டிலேயே முடங்கிக் கிடந்த மாயாண்டியிடம் பழனி, ரவுசு, சங்கரம்மா எல்லாரும் தினம்தினம் வந்துபேசுவார்கள். சோகத்தைக் குறைக்க வேண்டும் என்பதற்காக ஏதேதோ விஷயங்களைச் சொல்லுவார்கள்.

"தலைவா, வேலைக்கு வா தலைவா. அப்பத்தான் மனசு நிதானமாகும்..."

"ஆமா தம்பி, எப்பப்பாரு கண்ணுல தண்ணி சொமந்தா எப்பிடி? போய்ச் சேர்ந்தவங்களுக்கு வலி இல்ல. இருக்கிறவங்களுக்குத்தான் அத்தினி வலி. என்னா பண்ண? எனக்கொரு புள்ள. உசிரோட இருக்கானா இல்ல செத்துப் போயிட்டானான்னு தெரியாம இத்தினி வயசுக்கு நா கெடந்து அல்லாடறேன் பாரு..."

"சரி தலைவா... காலைல வேலைக்கு வந்து சேரு. நானு ஒருத்தனா அல்லாடறேன். பி.எம் பார்க்கறது, கொரோனா கேஸு பார்க்கறதுன்னு தலைசுத்துது தலைவா. அங்க வந்து உக்காரு... மனசு சமாதானமாவும்."

மாறிமாறி சொன்னதில் மாயாண்டி மருத்துவ மனைக்குள் நுழைந்திருக்கிறார். இன்றைக்கு அதே மருத்துவமனை. அதே பரபரப்பு. அதே ஜனக்கூட்டம். யார் இருந்தாலும், இல்லாமல் போனாலும் எல்லாமே அதனதன் போக்கில் நடந்து கொண்டுதானே இருக்கிறது. அவரவர் வீட்டில் மரணம் நிகழும் வரைக்கும் அடுத்த வீட்டு மரணம் வெறும் பேசுபொருள் மட்டும்தானே? வெறுமனே வேடிக்கைக் காட்சி மட்டும்தானே?

"தலைவா, டீ சூடா குடி... கொஞ்சம் தெம்பு வரும்"

ரவுசு சூடான கண்ணாடி தம்ளரை மாயாண்டியிடம் நீட்டினான்.

ரவுசு நடை கொஞ்சம் மாறியிருந்தது காலை அகட்டி அகட்டி நடந்ததும், முகம் சந்தோஷமாக மாறியிருந்ததும் வேறேதோ ஒன்றைச் சொன்னது மாயாண்டிக்கு.

"ரவுசு... என்ன நடை இது? ம்?"

"சும்மா இரு தலைவா. அனாவசியமா அலம்பல் பண்ணாத... கம்முனு கிட... வேலைக்கு வந்தமா, நாலு பி.எம் பார்த்தமா போனமான்னு இரு. நாட்டாமை பண்ணாத..."

சிலுப்பிக் கொண்டு போன ரவுசு சொல்லாமலே எல்லாவற்றையும் சொன்னது போலத் தோன்றியது.

ஏதோ சடலத்தை அறுத்துக் கொண்டிருந்த பழனி மொணமொண வென்று சொன்னான்.

"நல்லவேளை தலைவா. நீ ஒரு நாப்பத்தஞ்சு நாளு போல வரல்லியா? ரவுசு தன் சோலிய முடிச்சுக்கிட்டான். ஐயோ தப்பு. முடிச்சுக்கிட்டாள் அப்படின்னுதான் சொல்லணும் ரவுசுவ..."

நக்கலாகச் சிரித்தான் பழனி.

"இல்லாத ஏழை... பொணம் அறுக்கற மேஜைல சாமானை அறுத்தேன். நீ நல்ல வேளையா லீவு. சோலிய முடிச்சிட்டேன் வேற எங்க போகும் ரவுசு? பழகின நாமதான உதவி பண்ணனும்? அந்த ஆளுங்க வந்து பத்திரமா அழைச்சுட்டுப் போனாங்க. அவங்களே மருத்துவம் பார்த்தாங்க. இதோ ரவுசு ஜம்முனு ஆயாச்சு. அதனால யாருக்கும் போட்டுக் குடுத்துடாதே தலைவா."

அறுத்துக் கொண்டிருந்த கத்தியோடு கைகூப்பி கெஞ்சிக் கேட்டுக்கொண்டான் பழனி. வாயடைத்துப் போனார் மாயாண்டி.

"ஒருத்தருக்கு நல்லது பண்ணனும்னா எப்படியாச்சும் பண்ணனும் தலைவா. சும்மா சும்மா ரூலு ரூலுன்னு புடிச்சித் தொங்கக் கூடாது. அவனவன் அடிக்கற கொள்ளைக்கே மனசாட்சியக் கழட்டி வச்சிடறான். இது என்ன ஒண்ணுமில்லாத விஷயம். இதை நீ தான் பெரிசாக்கின. இப்ப காதும் காதும் வச்ச மாதிரி முடிச்சாச்சு... சரியா?"

பேசிக்கொண்டே பழனி கூராய்வு முடித்து சடலத்தை காடாத்துணி சுற்றி உறவினர்களிடம் ஒப்படைப்பது வரைக்கும் வேலைகள் நடந்து கொண்டேயிருந்தன. ரவுசு, சங்கரம்மா ஒத்தாசையில்.

“நம்மள நம்பி இருக்கற புள்ளை ரவுசு. அதுக்கு ஒரு கஷ்டம்னா நாமதான தம்பி கூட நிக்கணும்? இதோ அதுமூஞ்சில சந்தோஷம்... அதுக்கு நாம என்ன வேணா பண்ணலாம் தம்பி. கொள்ளையடிக்கல. திருடல. இந்த இடத்துல ஒரு உதவி. அதைத்தானே செஞ்சுது பழனித் தம்பி. எம்மாம் புண்ணியம் அது...”

வெற்றிலைச் சாற்றை வாயில் அதக்கிக் கொண்டே சங்கரம்மா சொன்னதன் நிஜம் முகத்தில் அறைந்தது மாயாண்டிக்கு.

“இப்பத்தான் எனக்கு உயிர் வந்த மாதிரி இருக்கு தலைவா. நானு நானா இருக்கேன். எவ்ளோ பெரிய விடுதலை. எத்தினி வருஷக் கனவு தெரியுமா இது? அனாவசியமா தொங்கிட்டிருந்த ஒண்ணு... நா அது இல்ல. நா பொண்ணு, பொண்ணுன்னு பரிதவிச்சிட்டிருந்த ஒண்ணு. அது இல்லாம புதுசாப் பொறந்த மாதிரி இருக்கு, பொம்பளையாப் பொறந்திருக்கேன் பழனியால. எனக்கு இப்ப ஒரே ஆசைதான் தலைவா...”

“ம்... சொல்லு என்னன்னு...”

என்னிக்காச்சும் ஒருநாளு எனக்குக் கல்யாண ஆசை வந்துச்சுன்னா பழனியக் கட்டிக்கணும். தங்கம்னா தங்கம் சொக்கத் தங்கம் பழனி...”

சந்தோஷத்தில் தலைகால் புரியாமல் கொண்டாடினாள் ரவுசு. பழனி மீது தெறித்திருந்த சடலத்தின் குருதி, புழுக்கள் எதையுமே பொருட் படுத்தவில்லை ரவுசு. கூராய்வு அறையிலேயே சடலங்களுக்கு நடுவிலேயே ஆசை ஆசையாய் இறுக்கிக் கட்டிக்கொண்டாள் பழனியை.

பெண்ணாக உருமாறவேண்டும். நளினத்தை உணர வேண்டும். காதலை ருசிக்க வேண்டும். கனிவை ரசிக்க வேண்டும். கண்முழுக்க ஆசை நிரப்பிக் கொள்ளவேண்டும். பாசம் நிரப்பிக் கொள்ளவேண்டும். விதம் விதமாக வாழ்க்கையைக் கொண்டாடிக் குதூகலமாக வேண்டும். இப்படியான ஓராயிரம் ஆசை சுமந்த ரவுசு, தனக்குத் தானே மறுபிறப்பு கொடுத்துக்கொண்ட ரவுசு. அவள் கண்ணெல்லாம் புதுசாக நட்சத்திரங்கள் மின்னுவதாகத் தோன்றியது.

இதுதான் சரியோ? உதவி என்றால் எதற்குமே தயங்காமல், பின் வாங்காமல், கொஞ்சமும் யோசிக்காமல் செய்துவிட வேண்டுமோ? பின்விளைவுகள் வந்தாலும் அதையெல்லாம் ஏற்றுக் கொள்ளும் துணிச்சல் இருக்க வேண்டுமோ? பழனியின் இந்த அணுகுமுறைதான் இனிமேல் வாழ்க்கைக்குப் பொருந்திவருமோ? எதற்கெடுத்தாலும் யோசித்து யோசித்து செயலாற்றாமல் இருப்பது தவறோ? இந்தப்

புள்ளியில்தான் மகனுக்கும் எனக்கும் இடைவெளி விழுந்ததோ? பழனியின் தடாலடி செயல்தான் இனிமேல் வாழ்க்கைக்கான சரியான வழிமுறையாகுமா? நான் ஒன்றுக்கும் உதவாத பழங்கஞ்சி ஆகிவிட்டேனா?

பலதும் ஓடியது மாயாண்டிக்குள். அடுத்த தலைமுறை சரியாக யோசிப்பதாகத் தோன்றியது. சரியாக செயல் செய்வதாகத் தோன்றியது. தன்னை விடவும் பழனிதான் தொழிற்சங்கத் தலைவருக்குப் பொருத்த மானவனாக இருப்பான் என்றும் தோன்றியது.

வெறுமனே சட்டம் பேசுவது மட்டுமே தலைவருக்குச் சரியாக இருக்காது. பொருத்தமான நேரத்தில் பொருத்தமானதைத் தயக்க மில்லாமல் செய்வதும், எது வந்தாலும் தைரியமாக ஏற்றுக்கொள்வதும் என்னிடம் குறைந்துவிட்டதோ? இப்படியாகவும் தோன்றியது மாயாண்டிக்கு.

“பழனி...”

“சொல்லு தலைவா”

“அடுத்த எலக்ஷன்ல நீதான் நிக்கணும். நானெல்லாம் பழம் பெருச்சாளி ஆயிட்டேன் பழனி...”

“என்னா தலைவா... புள்ள இல்லாத சோகத்தில் என்னென்னமோ பேசறயே... இப்ப என்ன அவசரம்?”

“இல்ல, இனிமே நானு எலக்ஷன்ல நிக்கமாட்டேன். நீதான் சரியான ஆளு.”

கை குலுக்கி வாழ்த்தினார் மாயாண்டி.

“தலைவா... இதயாவைப் பார்க்கணும். நானும் உன்னோட வீட்டுக்கு வர்றேன்... போகலாமா?”

ரவுசு கிளம்பினாள்.

“இனிமே நீ தான் எனக்கு இன்னொரு மக...”

கண்ணீர் கட்டுப்படுத்த முடியாமல் வழிந்தது மாயாண்டிக்கு. அவரின் கையை இறுக்கிப் பிடித்து வெளியே வந்தாள் ரவுசு.

***

தன் முயற்சியில் சற்றும் மனம் தளராத விக்கிரமாதித்தன், மரத்தில் ஏறி அதில் தொங்கிய உடலைக் கீழே வீழ்த்தினான். பின்னர் கீழேயிறங்கி அதைத் தோளில் தூக்கிக்கொண்டு மயானத்தை நோக்கிச் செல்கையில், வேதாளம் கேட்டது.

"மன்னா... நீ தேடும் பொருள் உனக்குக் கிடைக்க என் கேள்விக்குப் பதில் சொல். பழனி ரவுசுக்கு செய்தது நியாயமா? மாயாண்டி செய்யாம லிருந்தது நியாயமா?"

"பழனி செய்ததே நியாயம் என்று எல்லோரும் அறிந்த அந்த ரகசியத்தை நான் வெளிப்படையாகச் சொல்ல வேண்டுமா? பச்சைக் குழந்தைகூட இதற்குப் பதில் சொல்லுமே" என்றான். விக்கிரமாதித்தனின் சரியான பதிலினால் அவன் மௌனம் கலையவே, வேதாளம் தான் தங்கியிருந்த உடலுடன் பறந்துசென்று, மீண்டும் முருங்கை மரத்தில் ஏறிக்கொண்டது.

★ ★ ★

அத்தியாயம் 12

ரொம்ப நாள் கழித்து அன்றைக்கு மாயாண்டி பி.எம். வேலையைத் துவங்கினார். மகன் இறப்புக்குப் பின் மருத்துவமனை வருவதும் போவதுமாக இருந்தாரே தவிர, கூராய்வு வேலை செய்யவில்லை.

"என்னமோ தெரியலப்பா. பழைய தெம்பு இல்ல. மனசுல இல்லையா? உடம்புல இல்லையா? தெரியல்ல. ஆனா முந்தி ஓடிஓடி வருவேன் வேலைக்கு. இப்ப மனசுவிட்டுப் போச்சு. என்னத்துக்கு உழைக்கணும்னு தோணிப் போச்சு. யாருக்காக உழைக்கணும்னு மனசு கேட்குது. எத்தனை உழைச்சும் என்ன பிரயோஜனம்னு இருக்கு பழனி..."

கத்தி, சுத்தியல், பிளேடு என ஒவ்வொன்றாகத் தடவிப்பார்த்தார். எத்தனை வருஷங்களாக இவற்றோடு புழங்கிக் கொண்டிருக்கிறார் மாயாண்டி. பிணம் அறுத்துக் கூராய்வு செய்வதன் மூலம் வயிற்றுப் பாட்டைப் பார்த்த வாழ்க்கை கொடுப்பினையா? சாபமா? மனவேதனையா? மனநிம்மதியா? மனசுகிடந்து அல்லாடியது ஒரு முடிவுக்கோ, நிதானத்துக்கோ வரமுடியாமல்.

போதும் என்று ராஜினாமா கடுதாசி எழுதிக் கொடுத்துவிடலாம் என்று தோன்றியது. இதற்கு மேல் ஒருவாய்க் கஞ்சி குடிப்பதற்குப் பிச்சை எடுத்துக்கூடப் பிழைத்துக் கொள்ளலாம். இந்த வேலை செய்ய மனசு தாங்காது என்றுதான் மனசுக்குள் ஊசலாட்டம்.

இந்த வேலையில் மிஞ்சியது என்ன? உயர் அதிகாரிகளிடம் போய்ப் பேசும்போது உட்காரச்சொல்லி நாற்காலி கூடத் தரமாட்டார்கள். ஒருவாய்க் காப்பி கூட உபசரிக்கமாட்டார்கள். ஓய்வுபெறும் அன்றைக்கு இந்திரன், சந்திரன் என்று பேசுவார்கள். ஒரு சால்வை, ஒரு ரோஜாப் பூ மாலை, ஸ்வீட், காரம், காப்பியோடு வழியனுப்புவார்கள். இதனால் என்ன பிரயோஜனம்?

வாய்க்கும் வயிற்றுக்கும் போதாத சம்பளம். சமூகத்தில் மரியாதை என்பது மருந்துக்கும் கிடையாது. இதை அப்படியே தலை

முழுகிவிடலாம். தோழர் சாந்தகுமார் மாதிரி சேவை செய்தாலாவது ஒரு மனநிம்மதி கிடைக்கும். நாலு பேருடைய மரியாதையாவது கிடைக்கும்.

அந்தப் பிணம் அறுக்கும் மேஜையிலேயே வெள்ளைத்தாளை எடுத்து எழுதினார் மாயாண்டி. “என் சொந்தக் காரணங்களுக்காக பிணக் கூராய்வு உதவியாளர் பணியை ராஜினாமா செய்ய முடிவெடுத்து இதை எழுதுகிறேன். எனது ராஜினாமா கடிதமாக இதை ஏற்றுக்கொண்டு என்னைப் பணியிலிருந்து விடுவிக்கும்படி வேண்டிக்கொள்கிறேன்...”

எழுதி முடித்துக் கையெழுத்துப் போடும் போது உள்ளே வந்தான் பழனி.

“என்ன தலைவா? ஏதோ எழுதியாறது? வேற சமயமா இருந்தா லவ் லெட்டரா? அப்படீன்னு கேட்டிருப்பேன். இப்ப கேட்டா நானு மனுஷனே இல்லேன்னு தெரியும்.”

சுவரோரமாக அடுக்கி வைக்கப்பட்டிருந்த, ஈ மொய்த்துக் கொண்டிருந்த சடலங்களைப் புரட்டிப் பார்த்தபடி கேட்டான் பழனி.

“இன்னிக்கு அஞ்சு இருக்கே... சட்டுபுட்டுன்னு வேலைய ஆரம்பிச்சாத்தான் முடிக்க முடியும்... ரவுசு இன்னிக்கு வரமாட்டா... டாக்டர்கிட்ட போறாளாம்... சங்கரம்மாவும் கோவிட் ஊசி போடப் போகுது. அதனால ஒத்தாசைக்கு யாருமில்ல... நீ நகரு தலைவா... நா முடிக்கறேன் விறுவிறுன்னு...”

உற்சாகத்தோடு மாயாண்டி அருகில் வந்து கடிதத்தை எட்டிப் பார்த்தான்.

“சொந்தக் காரணங்களால் ...ம்...ம்...ம்... ராஜினாமா செய்ய ...ம்...ம்... இதை ஏற்றுக் கொண்டு ...ம்...ம்...ம்... அடடா. என்னா தலைவா நீ? பொசுக்குன்னு ராஜினாமா எழுதிட்டே? கொஞ்சம் தள்ளு பார்த்துக்கலாம்... ஏதாச்சும் புரொமோஷன் அது இதுன்னு கெடைக்காமலா போயிடும்?” ஒரு பிணத்தை எடுத்து மேஜை மீது வைத்தான். “சரி... நீ போய் ஓரமா உக்காரு... நா முடிக்கறேன் சீக்கிரம்.”

“இல்ல பழனி. நானு இன்னிக்கு செய்யறேன். இதோட கடைசி. இனிமே இந்த ஜென்மத்துக்கு இந்த வேலை வேணாம்... சேவை அது இதுன்னு மனசு நிம்மதியாயிருக்கணும்...”

சொல்லிவிட்டு சுத்தியலைக் கையில் எடுத்தார் மாயாண்டி.

"இது என்ன சின்னக்குழந்தை பொணம்? என்னாச்சு இதுக்கு?"

குறிப்புகளைப் பார்த்துவிட்டு பழனி சொன்னான்.

"யானை மிதிச்சுடுச்சாம் தலைவா. ரோட்டுல யானையை பிச்சை எடுத்துக் கூட்டிட்டு வந்துருக்காங்க. இந்தக் குழந்தை யானை கால்ல மாட்டிக்கிட்டு. ஒரே மிதி. தலை நசுங்கிப் போயிருக்கு... என்னா கொடுமை இது தலைவா.."

பழனி சொல்லச் சொல்ல கண்ணீர் பொலபொலவென வழிந்தது மாயாண்டிக்கு.

"முந்தியெல்லாம் எத்தனை கதை கேட்டாலும் கண்ணீரே வராது பழனி. இப்ப என்னடான்னா. முணுக்முணுக்குன்னு அழுகை வருது. துக்கம் தொண்டைய அடைக்குது. ரொம்ப வேதனையா இருக்கு.

"ஓரமா உக்காருன்னாலும் உக்காரமாட்டேங்கறே... ரெஸ்ட் எடு தலைவா..."

"பரவால்ல. இதை மட்டும் நானு முடிச்சுடறேன்..."

அப்புறம் பரபரவென்று வேலையில் இறங்கினார் மாயாண்டி. பூமாலை கட்டுபவர்களின் செய்நேர்த்தியும் அனுபவமும் பார்த்துக் கொண்டிருக்கும் போதே அழகான பூமாலை வருமில்லையா? அதுபோல முழுக்க மண்டை சிதைந்திருந்த, உடம்பு நசுங்கியிருந்த குழந்தையை உருவமாக உருவாக்கினார் மாயாண்டி.

சின்ன மூங்கில் கம்பை வைத்துக் காலிலிருந்து நிமிர்த்திக் கட்டினார். குழைந்திருந்த அந்தச் சின்ன உருவம் நீளமாக உருவானது. ஒன்றுமேயில்லாமல் சிதைந்திருந்த தலையை உருவாக்க நிறையப் பஞ்சு எடுத்துக் கொண்டார். உருட்டி உருண்டையாக்கினார். முகம் தலையை உருட்டித் தைத்து ஒருவழியாக முகம் மாதிரி ஒன்றை உருவாக்கினார்.

அதற்கப்புறம் காடாத்துணி சுற்றி கொஞ்சம் வாசனை திரவியம் தெளித்தார். இப்போது பார்த்தால் சிறுகுழந்தை நீட்டி நிமிர்ந்து நீளமாகப் படுத்திருப்பது போலவே இருந்தது. மூடியிருந்த ரெண்டு கண்ணும், மூக்கும், செப்பு வாயுமாக அந்தக் குழந்தை எந்தவித சேதாரமும் இல்லாமல் முழுமையாகப் படுத்திருந்தது போலவே இருந்தது

"அடடா... அடடா, தலைவா அற்புதம். பின்னிப் பெடலெடுக்கற. உருக்குலைஞ்சு போயிருந்ததை ஜம்முனு புதுக்குழந்தை மாதிரி உருவாக்கிட்டியே... கில்லாடி தலைவா நீ."

ஒரு நிமிஷம் போலக் கைதட்டினான் பழனி. மாயாண்டியை அப்படியே சேர்த்துத் தூக்கிச் சுற்றினான்.

"எத்தினி வருஷத்து அனுபவம் தலைவா. கத்தரிக்கா, முருங்கைக்கா வெட்டற மாதிரி பிசிறில்லாம செய்யறதுல உன்னை யாருமே அடிச்சுக்க முடியாது..."

மாயாண்டியின் கைகளைக் கண்ணில் ஒற்றிக் கொண்டு முத்தம் கொடுத்தான்.

"சரி வுடு பழனி... சீக்கிரம் சோலியை முடிக்கணும். உறவுக்காரவுங்க காத்துட்டிருப்பாங்க..."

கொஞ்சமும் கடமை உணர்ச்சி தவறாத தொனியில் மாயாண்டி சொன்னதும் அப்படியே தள்ளிக்கொண்டு வந்து மாயாண்டியைச் சுவரோரமாக இருந்த ஸ்டூலில் உட்கார வைத்தான் பழனி.

"இங்க நீ உக்காரு. மிச்சத்தை நானு பார்த்துக்கறேன்... உன்னோட வயசுக்கு நீ வேலை வாங்கணும் மத்தவங்களை. நாட்டாமை பண்ணனும். சரியா...?"

அடுத்த வேலையை அவன் ஆரம்பித்தான்.

"சரி, அப்படீன்னா நானு போயி ஒரு டீ குடிச்சுட்டு வர்றேன். உனக்கும் வாங்கிட்டு வர்றேன்... உனக்கு சக்கரை கம்மியா? ஜாஸ்தியா?"

"நான் என்ன சுகர் பேஷண்ட்டா? சக்கரை சரியா இருக்கணும் தலைவா..."

சந்தோஷமாக விசிலடித்தபடி வேலை துவங்க. மாயாண்டி கொஞ்சம் தளர்வாக நடக்க ஆரம்பித்தார்.

ஓய்வறைக்குச் சென்று முகம் கைகால் கழுவினார். கொஞ்சம் ஆசுவாசம் ஆனது. மெதுவாக மருத்துவமனைக்கு வெளியே வந்தார். எதிர்ப்புறத்திலிருந்த தேனீர்க் கடையிலிருந்துதான் எப்போதும் டீ வாங்கி வருவது ரவுசு வழக்கம்.

இன்றைக்கு மாயாண்டியே அங்கே வந்ததும் டீக்கடைக்காரர் கேட்டார்.

"அட தலைவா... நீயே வந்துட்டே.... ரவுசு எங்க? ஆளையே காணோம்..."

"உடம்பு சரியில்லேன்னு டாக்டர்கிட்ட போயிருக்கு... எனக்கு ஸ்ட்ராங் டீ ஒண்ணு. இன்னொரு டீ பார்சல் பழனிக்கு..."

“இந்தா தலைவா... சூடா வடை இருக்கு. சாப்பிடு... வராதவரு வந்துருக்கே...” டீக்கடைக்காரரின் உபசரிப்பில் வடை இன்னமும் ருசியாக இருந்தது.

“எம் மவளுக்கும் வடை புடிக்கும். நாலு வடை கட்டிக் குடு...”

“உனக்கில்லாததா... இந்தா, அஞ்சு வடையா வைக்கறேன்... வீட்டுக்கு எடுத்துட்டுப் போயி மகளுக்குக் குடு தலைவா...”

ரெண்டு வடை, ஒரு டீ எல்லாம் முடித்தார் மாயாண்டி. பொட்டலம் வடை ஒரு கையில், டீ பார்சல் ஒரு கையிலுமாக மறுபடியும் சாலையைக் கடக்க வந்து நின்றார். அப்போதுதான் ஞாபகம் வந்தது. எதற்குமே காசு கொடுக்காமல் வந்துவிட்டோமே என்று. பதறிப்போய் அப்படியே திரும்பினார். கடைக்காரரிடம் நூறு ரூபாயை நீட்டினார்.

“அட, என்னா தலைவா நீ? உடனே திரும்பி வந்து துட்டு குடுக்கணுமா? நாளைக்கு வாங்கிட்டாப் போச்சு... எங்கே போயிடப்போற நீ? எங்கே போயிடப்போறேன் நானு?” “இல்லப்பா... உனக்கெல்லாம் தினசரி ரொட்டேஷனுக்குக் காசு இருந்தால்தான் வசதி... உன் வயித்துல அடிக்கக் கூடாது பாரு... அப்பத்தான் சாப்பிடறது உடம்புல ஒட்டும்...” நிறைவாகச் சொல்லிவிட்டு மிச்ச சில்லறை வாங்கிக் கொண்டு கிளம்பினார்.

மறுபடியும் சாலையைக் கடக்க வந்து நிற்கும்போதுதான் கைகளில் வடையும், டீயும் இல்லாதது தெரிந்தது. “அடடா... பொட்டலத்தைக் கடைலயே விட்டுட்டு வந்துட்டேனே...” மறுபடியும் கடைக்குப் போனார்.

“இப்ப என்ன தலைவா?” “அடடா... வயசாகுதுல்ல உனக்கு? அதாங்காட்டியும் மறந்து மறந்து போற... சரி, பார்த்துப் போ தலைவா... வடை, டீ பார்சல் எடுத்துட்டியா பார்த்துக்கோ...” “ம்...ம்... இப்ப மறக்காம எடுத்தாச்சு... வர்றேம்ப்பா...”

மறுபடியும் சாலைக்கு வந்து விறுவிறுவென்று கடக்க - வலப்புறமாக வந்த தண்ணீர் லாரியைக் கவனிக்கவில்லை.

தண்ணீர் லாரி வந்த வேகத்தில் சட்டென நிறுத்த முடியாமல் மாயாண்டி மீது மோதி அப்படியே தள்ளிக்கொண்டே போய் அரைகிலோ மீட்டர் தள்ளிப்போய் பிரேக் போட, பார்சல் டீ, வடை எல்லாம் சாலையில் சிதற, மாயாண்டியும் துண்டு துண்டாகச் சிதற ஸ்தம்பித்தது அந்தச் சாலை.

★★★

தன் முயற்சியில் சற்றும் மனம் தளராத விக்கிரமாதித்தன், மரத்தில் ஏறி அதில் தொங்கிய உடலைக் கீழே வீழ்த்தினான். பின்னர் கீழேயிறங்கி அதைத் தோளில் தூக்கிக்கொண்டு மயானத்தை நோக்கிச் செல்கையில், வேதாளம் கேட்டது.

"மன்னா நீ தேடும் பொருள் உனக்குக் கிடைக்க என் கேள்விக்குப் பதில் சொல். ஒவ்வொருத்தரின் தோளிலேயே தொற்றிக் கொண்டு மரணம் நிற்கின்ற போதும், மனிதன் நிரந்தரமானவன் மாதிரி ஆடுகிற ஆட்டம் நியாயமானதுதானா?"

"நியாயமேயில்லை என்று எல்லோரும் அறிந்த அந்த ரகசியத்தை நான் வெளிப்படையாகச் சொல்ல வேண்டுமா? பச்சைக் குழந்தைகூட இதற்குப் பதில் சொல்லுமே" என்றான். விக்கிரமாதித்தனின் சரியான பதிலினால் அவன் மௌனம் கலையவே, வேதாளம் தான் தங்கியிருந்த உடலுடன் பறந்துசென்று, மீண்டும் முருங்கை மரத்தில் ஏறிக்கொண்டது.

★ ★ ★

அத்தியாயம் 13

வீடு, அந்த வீடு சொந்த வீடு, உள்ளங்கை அளவு சின்னதுதான். ஆனாலும் ஒவ்வொரு செங்கல்லும் அப்பாவின் உழைப்பு, அப்பாவின் வியர்வை.

அம்மா அப்பாவின் கனவால் உருவானது. "தீப்பெட்டி சைஸில் நாலு சுவரு. இதுக்குப் பேரு வீடா?" இப்படி அண்ணன் உதயா கேலி பேசிய அதே வீடுதான்.

'டொக்கு விழுந்து ஓய்ஞ்சு போற நேரத்துல கட்டி முடிக்கறது சரியா? உங்க வேலை உங்களுக்கு என்ன குடுத்துச்சு? மரியாதையான சம்பளம் குடுத்துச்சா?'

'வாழவேண்டிய நேரத்துல நல்லா வாழ ஒரு வீடு வாங்கற வசதியக் குடுத்துச்சா? அப்புறம் என்ன பெரிய கலெக்டரு ஆஸ்பத்திரிக்கு ஓடி ஓடிப் போறீங்க?'

அண்ணன் கிழித்துக் கிழித்து நாராய்த் தொங்கவிட்ட பிணக் கூராய்வுக் கிடங்கு வேலைதான் இந்தத் தீப்பெட்டி சைஸு வீட்டைக் கொடுத்தது என்பதுதானே நிஜம்?

அதே வீடு. இப்போது அந்த வீட்டில் இதயா. கூடவே துணைக்கு ரவுஸு. எந்தப் பக்கம் திரும்பினாலும் இதயாவுக்கு ஒரே நினைப்பு தான்.

அண்ணனும் அப்பாவும் அந்தப் பக்கம் நிற்பது மாதிரி, உட்கார்ந்திருப்பது மாதிரி, வாசலுக்கும் உள்ளுக்கும் நடப்பது மாதிரி, வடக்கு, கிழக்கு, மேற்கு, தெற்கு மேலே கீழே முன்னே பின்னே எல்லாத் திசையிலும் இவர்களே தெரிந்தார்கள்.

சாப்பிடக் கூப்பிடுவாள் ரவுசு. "இன்னும் எத்தனை காலத்துக்குச் சாப்பிடாம இருந்துடுவ? வா, ஒரு வாய் சாப்பிடு. நீ சாப்பிடாம இருந்தா அப்பாவுக்கு மனசு வலிக்கும். அந்த நாளு, டீக்கடைக்காரர் வந்து அழுதிட்டே சொன்னாரில்லே?"

“எம் மவளுக்குப் புடிக்கும். நாலுவடை பார்சல் குடுங்கன்னு கேட்டு வாங்கினாரு. பொட்டலத்தை வாங்கிட்டு அந்தப் பக்கம் போறதுக்குள்ள முடிஞ்சுபோச்சி.

வடை சூடு ஆறல.”

“அதுக்குள்ள உங்கப்பா உசிரு போயிடுச்சுன்னு அழுதாரே... அதான் அப்பா குணம். எப்பவும் உன் நினைப்புதான் இதயா. வா சாப்பிடு...”

ரவுசு கட்டாயப்படுத்திச் சாப்பிட வைப்பாள். தட்டுச் சோறை விரல்களால் அளைந்து அளைந்து ஒரு வாய்ச்சோறு வாய்க்குள் வைக்கும்போதே கேவி வெடித்து அழுவாள் இதயா.

“அப்பாவும் அண்ணனும் நா குடுத்தாதான் சாப்பிடுவாங்க. இப்ப எங்க இருக்காங்களோ? எப்படி இருக்காங்களோ? ஒத்தை மரமா என்னை விட்டுட்டுப் போயிட்டாங்களே... அம்மா இல்ல.அண்ணன் இல்ல. இப்ப அப்பாவும் இல்லாத அனாதையா நிக்கறேனே நானு. ஐயோ சாமீ... இதென்ன கொடுமை...”

அரற்றி அரற்றி அழுவாள். அவளின் தலையை வருடித் தண்ணீர் கொடுத்து நிதானமாக்குவாள் ரவுசு.

“புரியுது புரியுது இதயா. என்ன சொல்ல முடியும்? அவங்கவங்க நேரம் வந்தா கௌம்ப வேண்டியதுதானே? இன்னிக்கு அவங்க... நாளைக்கு நாம...”

இதயாவை மார்பில் சாய்த்துக் கொண்டு ஆறுதல் சொல்வாள் ரவுசு.

“பாரு... எனக்கு அம்மா, அப்பா, அண்ணன், அக்கான்னு எல்லாரும் இருந்தும் நானு அனாதையா இருக்கேன்.

உசிரோட இருந்தும் வாயார அம்மா, அப்பான்னு கூப்பிட முடியல்ல. கை கழுவிட்டாங்க. நானு செத்தா போயிட்டேன்? முட்டிமோதி எப்படியோ தத்தளிச்சுப் பொழைக்கறேன். நீயும் எழுந்திரு இதயா. அடுத்ததைப் பார்க்கணும்...”

சூடாக ஒரு வாய்க் காப்பியைக் கட்டாயப்படுத்திக் குடிக்க வைத்தாள். முகத்தைக் கழுவ வைத்தாள். “எழுந்திரு.. எழுந்திரு... கொஞ்சம் வெளில வா... வாசல்ல குழந்தைங்க வெளாடறாங்க பாரு. வந்து காத்தாட உக்காரு... மனசு பாரம் கொஞ்சம் குறையும்.”

கையோடு இழுத்துப் போனாள். வாசலில் கையோடு இழுத்துப் போனாள். வாசலில் போட்டிருந்த நாற்காலியில் இருவருமாக உட்கார்ந்தார்கள்.

சந்தோஷம், துக்கம், வலி, வேதனை எந்த நிகழ்வாக இருந்தால் என்ன? குழந்தைகள் எந்தச் சூழலிலும் விளையாடத் துவங்கி விடுகிறார்கள்.

விளையாடுவது என்பது அவர்களுக்கு அந்த நொடியிலேயே தேங்கிவிடாமல் கடந்து போவதற்கான ஒரு வகைமை. அந்தக் குழந்தை மனசு தொலைந்து போகிறது வளர வளர... அதனால்தானோ என்னவோ பெரியவர்கள் அந்தந்த வலியில் தேங்கி விடுகிறார்கள்.

"அக்கா, அக்கா, வாங்கக்கா.. ஓடிப்புடிச்சி வெளாடலாம்..."

கும்பலாக வந்து இதயா, ரவுசு கையைப் பிடித்து இழுத்தார்கள்.

"ஏங்க்கா அழறீங்க? அப்பா சாமிகிட்ட போயிட்டாருன்னா? சாமி அப்பாவைப் பத்திரமாப் பார்த்துப்பாரு. அழாதீங்கக்கா..."

குழந்தைகளின் ஆறுதலில் இன்னமும் குலுங்கிக் குலுங்கி அழ ஆரம்பித்தாள் இதயா.

"என்னைத்தைச் சொல்றது? மூசுமூசுன்னு அழுதிட்டேதான் இருக்கா. நானும் எத்தனையோ சொல்லியாச்சு" - ரவுசுவின் குரல் சோகமாக ஒலித்தது.

மருத்துவமனை பிணக்கூராய்வுக் கிடங்கு. பழனி, ரவுசு, சங்கரம்மா என மறுபடியும் வேலையில் மும்முரமாக இருந்தார்கள்.

"கவலைப்படாத ரவுசு... டீன் சொன்ன மாதிரி அவளுக்கு இங்க ஒரு வேலை கெடைச்சு வெளியில வர ஆரம்பிச்சாள்னு வச்சுக்க... மனசு பாரம் கொஞ்சம் கொஞ்சமாக் குறையும்.

அடுத்த வாரம் கூட்டம்னு டீன் தேதி குடுத்திருக்காரு. அதுவரைக்கும் அவபோக்குல இருக்கட்டும்."

பழனி அக்கறையாகச் சொன்னதற்குத் தலையாட்டினாள் சங்கரம்மா.

"ஏற்கெனவே தாயில்லாத பொண்ணு. அண்ணனும் அப்பனும் அடுத்தடுத்து இல்லாமப் போனா அந்தக் குழந்தை என்னதான் பண்ணும்? பைத்தியம் புடிக்கலேன்னாதா ஆச்சர்யம்."

"செத்தும் கொடுத்தான் சீதக்காதிங்கற மாதிரி தலைவர் செத்தப்புறமும் பொண்ணுக்கு ஒரு நல்லது பண்ணீருக்கார்.

ஒரு நிரந்தர வருமானம் வந்தா கால் ஊனி நின்னுடலாம். அப்புறமா கல்யாணமும் பார்த்து முடிச்சுட்டோம்னா அவ பாடு அவ பார்த்துப்பா... சரி தானே சங்கரம்மா."

"ஆமாம்ப்பா. எதுவுமே நல்லதுக்குத்தானே? பழசையே நினைச்சு அழுதுட்டு மூலைல முடங்க முடியுமா? நாளு ஓட ஓட நாமளும் ஓடவேண்டியதுதான்."

அந்தக் கிடங்கு வாழ்க்கைத் தத்துவங்களின் கிடங்காகவும் இருந்தது. தினசரி மரணத்தைப் பார்த்துப் பார்த்து அதை எப்படிக் கடப்பது என்கிற தெளிவையும் அவர்கள் பெற்றிருந்தார்கள்.

அதனால் தான் ஏதேதோ பேசிக்கொண்டே இருந்தாலும் கண்ணும் கையும் செய்யவேண்டிய வேலையை இயல்பாகச் செய்துகொண்டே இருந்தது.

வெளியே காத்திருந்த உறவினர் கூட்டம் ஒவ்வொன்றும் அழுது அழுது அவரவர் உறவினர் சடலங்களைப் பெற்றுக் கொண்டுபோக, அடுத்த சடலத்தினைக் கூராய்வு செய்யும் வேலை துவங்க என்று வேலை பாட்டுக்கு நடந்து கொண்டேயிருந்தது.

"வேலை முடிஞ்சப்புறம் நாம போயி இதயாவைப் பார்த்துப் பேசலாமா? ரொம்ப வருத்தமா இருக்கா. கொஞ்சம் இனிப்பு பழம் எல்லாம் வாங்கிட்டுப் போலாமே..."

"ரவுசு இப்ப ரொம்பப் பொறுப்பா ஆயிட்டா... பொண்ணா மாறிட்டாலே இந்தப் பொறுப்புணர்ச்சி வந்துடுது இல்ல சங்கரம்மா..."

"ரவுசு மட்டும் இல்லை தோழர். எல்லாப் பெண்களுமே இயல்பாகவே பொறுப்பு மிக்கவர்கள்தான்...

அவர்களிடமிருந்து நாம் கற்றுக்கொள்ள ஓராயிரம் விஷயங்கள் இருக்கின்றன..."

தோழர் சாந்தகுமாரின் குரல் கணீரென்று கேட்டது.

"அடடா... உங்களைத் தான் கூப்பிடணுமுன்னு நெனைச்சேன். வந்துட்டீங்க..."

"இருக்காதா பழனி, தோழர்களின் எண்ண ஓட்டம் எனக்கு நன்றாகப் புரியுமே..." என்றவர் மாயாண்டியை நினைத்து ஒரு நிமிடம் நெகிழ்ந்தார். சல்யூட் செய்தார்.

"மிக நல்ல மனிதர் மாயாண்டி அவருக்கு வீர வணக்கம்..."

எல்லோருமாக மாயாண்டி வீட்டுக்கு வந்தார்கள். இதயா தன்னந்தனியாக உட்கார்ந்திருந்தாள்.

அண்ணன், அப்பா புகைப்படங்கள் முன்பு நீண்ட நேரமாக உட்கார்ந்து அழுதிருக்கிறாள்.

கண்கள், முகம் எல்லாம் வீங்கிப் போயிருந்தன. கண்ணில் சோகத்தின் வலி தெரிந்தது.

உடம்பு இன்னமும் மெலிந்திருந்தது. முகத்தில் மாயாண்டி இருக்கும்போது தெரிந்த தெளிவும் சந்தோஷமும் சுத்தமாகத் தொலைந்து போயிருந்தன.

வாங்கி வந்திருந்த இனிப்புகள், பழங்களை அவள் கையில் கொடுத்துவிட்டு மாலையைப் புகைப்படங்களுக்கு மாட்டினார்கள்.

"சிறிது குழம்பி கொடு மகளே. உன் கையால் குழம்பி அருந்தி நீண்ட நாளாகிறது... உன் தந்தையார் அழைத்துப் புகுமனைப் புகு விழாவிற்கு வந்தேன்... நினைவிருக்கிறதா என்னை ?"

இறுக்கமான சூழலை இயல்பாக்கப் பார்த்தார் தோழர் சாந்தகுமார்.

"ரவுசு... சாப்பிட ஏதாச்சும் குடும்மா. பசிக்குது... தலைவர் வீட்டுல கை நனைச்சும் நாளாச்சு... நம்ம வீடு மாதிரி நினைக்கத் தோணுது இங்கே வந்தா..."

பழனி சமையலறைக்குள் வந்து இயல்பாக சமையல் பாத்திரங்களைத் திறந்து பார்த்தான்.

"அடடா... காலைல நான் செய்து வச்சுட்டுப் போன சோறெல்லாம் அப்படியே இருக்கு. இதயா, சாப்பிடவே இல்லியா?"

ரவுசு பதறினாள்.

"கொஞ்சம் குழம்பு ஊத்து ரவுசு. நானு பிசைஞ்சு ஆளாளுக்கு ஒரு உருண்டை குடுக்கறேன். வாங்க சாப்பிடலாம்..."

பெரிய சட்டியில் சோறு குழம்பு போட்டுப் பிசைந்து ஒவ்வொருத்தர் கையிலும் உருட்டி வைத்தாள் சங்கரம்மா.

எளியவர்கள் எல்லோருமாகச் சேர்ந்து அந்த வீட்டிலும், இதயாவிடமும் சிரிப்பு, சந்தோஷம், இயல்பு நிலை கொண்டு வர அவரவர் பங்குக்கு ஒன்றைச் செய்தார்கள்.

"எங்கம்மா கையால சாப்பிட்ட மாதிரி இருக்கு சங்கரம்மா. எப்பிடி ஏங்கியிருக்கேன் தெரியுமா? அம்மா எனக்கு ஒரு உருண்டை சோறு உருட்டிப் போட மாட்டாளா? அப்படின்னு நெனைச்சு நெனைச்சு வருத்தப்படுவேன்... ஒண்ணுபோச்சுன்னா இன்னொண்ணு எப்படியாவது அமைஞ்சுருது..."

"அதுதானே வாழ்க்கை ரவுசு... ஒரு வெற்றிடத்தை இன்னொன்றால் நிரப்புவது, ஒரு பள்ளத்தைச் செடியால் நிரப்பிப் பூக்கச் செய்வதே வாழ்க்கை...

தோழர் சாந்தகுமார் இதயாவிடம் நேரடியாகச் சொன்னார்.

"இதயா... நீ படித்த பெண். வாழ்வின் நெளிவு சுளிவு அறிந்தவள். பிறப்பும் இறப்பும் வாழ்வின் பிரிக்கமுடியாத அங்கம் என உணர்ந்தவள்... இப்போது ஏற்பட்ட எல்லா இழப்புகளையும் இயற்கை எப்படியாவது ஈடு செய்யும். அதன் முதல் கட்டம்தான் உனக்குக் கிடைக்கவிருக்கும் வேலை. கருணை அடிப்படையில் தரப்படுகிறது

என்றாலும் உனக்கு அந்தத் தகுதி இருக்கிறது. எனவே, நீ அதை ஏற்றுக்கொண்டு வாழ்க்கையின் அடுத்த கட்டத்துக்கு நகர வேண்டும் மகளே..."

நீளமாகச் சொல்லி முடித்ததும் எல்லோரும் கைதட்டினார்கள்.

"இதுக்குத்தான் தோழர் வேணும்கறது. சொல்ல வேண்டியதைத் தெளிவாகச் சொல்லிடுவார். பிசிறு இல்லாம..."

எல்லோரும் இதயா என்ன சொல்லப்போகிறாள் என்று காத்திருக்க - கை கழுவிக் கொண்டே அவள் சொன்ன ஒற்றை வரியில் ஆடிப் போனார்கள்.

"நவீன கொத்தடிமை மாதிரி நானும் இருக்கணுமா? அப்பா இருந்தது போதாதா?"

★★★

தன் முயற்சியில் சற்றும் மனம் தளராத விக்கிரமாதித்தன், மரத்தில் ஏறி அதில் தொங்கிய உடலைக் கீழே வீழ்த்தினான். பின்னர் கீழேயிறங்கி அதைத் தோளில் தூக்கிக்கொண்டு மயானத்தை நோக்கிச் செல்கையில், வேதாளம் கேட்டது.

"மன்னா, நீ தேடும் பொருள் உனக்குக் கிடைக்க என் கேள்விக்கு பதில் சொல். நவீன கொத்தடிமை என்று அரசுப் பணியை ஒற்றை வரியில் விளாசுகிறாளே இதயா... அந்த அளவுக்கு அரசுப் பணி என்பது அடிமைப் பணியாகிவிட்டதா?"

"ஆமாம் என்று எல்லோரும் அறிந்த அந்த ரகசியத்தை நான் வெளிப்படையாகச் சொல்ல வேண்டுமா? பச்சைக் குழந்தைகூட இதற்குப் பதில் சொல்லுமே" என்றான். விக்கிரமாதித்தனின் சரியான பதிலினால் அவன் மௌனம் கலையவே, வேதாளம் தான் தங்கியிருந்த உடலுடன் பறந்துசென்று, மீண்டும் முருங்கை மரத்தில் ஏறிக்கொண்டது.

★ ★ ★

அத்தியாயம் 14

"உங்கப்பனுக்குப் பீ வழிச்சுப் போட என்னால முடியாது. பத்து வருஷமா உங்கம்மாவுக்குப் பீ வழிச்சேன். பாவி இப்பத்தான் போய்ச் சேர்ந்தா.

அப்பாடான்னு கொஞ்சம் மூச்சு விட்டு நிமிரப் பார்த்தா எங்கப்பனுக்குப் பண்ணு அப்படீங்கறீங்க. நா என்ன மனுஷியா? ராட்சசியா?

மாறி மாறி மூத்திரம் துடைக்கறதும் பீ வழிக்கறதுமா இருந்தா - உசிரோட செத்துப்போயிடுவேன். பாவி... படுபாவி... ராணி மாதிரி இருந்தேன் அம்மா வீட்டுல. பேசி மதிமயங்க வச்சே...

எங்கப்பா அம்மாவை எதிர்த்துக் கல்யாணம் பண்ணிக்கிட்டு என்ன சொகம் கண்டேன்? ஐயோ, என்னைப் பெத்த அம்மா... இப்படி நாய் பாடு படறா உம் பொண்ணு. எனக்கு விடிவுகாலமே இல்லியா தாயே..."

அந்தப் பெண்மணி மருத்துவமனை மண்தரையில் உட்கார்ந்து மண்ணை வாரித் தூற்றி அழுதுகொண்டிருந்தாள்.

பக்கத்திலேயே எண்பது வயதைத் தாண்டிய பெரியவர் ஒருவர் நடக்க முடியாமல், கைகால் நடுங்கியபடி, கண்ணாடி கீழே விழுந்ததை எடுத்து மாட்டிக்கொள்ளவும் முடியாமல்,

வாய் ஒழுகிக்கொண்டு தளர்ந்து உட்கார்ந்திருந்தார். குளித்து எத்தன நாளானதோ? ஒரே நாற்றம். வேட்டி முழுக்கக் கறைகள்.

சிறுநீர்க் கறை, மலம் போன கறை என்பதாகப் பரிதாபமான தோற்றம்.

அந்தப் பெண்மணியின் திட்டு வசவு எல்லாம் எல்லாம் வாங்கிக் கொண்டு அலங்க மலங்க விழித்தபடி இருந்த அவளின் புருஷன் கையில் பிளாஸ்க்கோடு நின்றிருந்தான்.

"உங்கப்பனோடு நீயும் இந்த ஆஸ்பத்திரிலேயே குடும்பம் நடத்து. நானு எங்கம்மா ஊருக்குப் போறேன். இந்தாய்யா நீ கட்டின தாலி... எனக்கு வேணாம். நீயும் வேணாம். உன் தாலியும் வேணாம். உன்னோட நாறக் குடும்பமும் வேணாம்..."

தாலிக்கயிறைக் கழற்ற முயன்றாள். அந்த ஆள் பதறிப் போனான்.

"எம்மா... தாயே... கொஞ்சம் பொறுமையா இரு... ஒரு வழி பண்றேன். நீ ஏதும் பண்ணிக்கிடாத... கொஞ்சம் இரு... ஒரு காப்பி வாங்கிட்டு வாறேன்... பத்து நிமிஷத்துல நாம கௌம்பிடலாம். சரியா?"

ஆறுதல் படுத்திவிட்டு காப்பி வாங்கப் போனான்.

அந்தப் பெரியவரின் முதுகில் பட்பட்டென்று நாலு அடி போட்டாள் அந்தப் பெண்மணி.

"என்னைக் கொல்லணும்னே மாமனாரா வந்தியா நீ? நீ நாயி... தப்புத் தப்பா என்னைப் பார்த்தேல்ல? சாவுடா நீ..."

பெரியவரின் முதுகில் இன்னும் ரெண்டு அடி வைத்தாள்.

"ஏம்மா இப்படி போட்டு அடிக்கறே? பாவம் பெரியவர்... மனசாட்சியே இல்லியா உனக்கு?"

"இந்த ஆளு திடமா இருந்தப்போ என்கிட்ட என்னா வம்பு பண்ணீருக்கான் தெரியுமா? புருஷங்காரன்கிட்ட சொன்னா நம்பவே இல்ல... நானு பட்ட அவஸ்தை எனக்குத்தான் தெரியும்.... சட நாயி..."

"சரி வுடு... இப்பத்தான் எதுவுமே ஏலாம கெடக்காரே... இப்ப அடிச்சா உனக்குத்தான் பாவம் தாயி.'

சுற்றிலும் இருந்தவர்கள் ஆளாளுக்கு ஒன்றைச் சொல்ல, அந்தப் பெண்மணி தனது ஆங்காரத்தைச் சொல்ல அலங்க மலங்க விழித்துக் கொண்டு பெஞ்சில் உட்கார்ந்திருந்தார் அந்த முதியவர்.

அதற்குள் காபி வாங்கப் போன ஆளும் வந்து சேர்ந்தான்.

"இந்தா இந்த பிளாஸ்க்கைப் புடி. பெருசைக் கைத்தாங்கலா அழைச்சுட்டுப் போயி ஓ.பி.கிட்ட உக்காத்தி வச்சுட்டு வர்றேன். நீயும் கூட வா... அங்கன போயி பிளாஸ்க்கை வச்சுடு. நீ முதல்ல கிளம்பு. நானும் நைசா நகர்ந்து வந்துடறேன். காதும் காதும் வச்ச மாதிரி போயிடலாம். சரியா?"

பிளாஸ்க்கைப் பிடித்துக் கொண்டு முன்னே போனாள் அந்தப் பெண்மணி. முதியவரை எழுப்பிக் கைத்தாங்கலாக நடத்திக் கூட்டிப்

போனவன் நேராகப் புறநோயாளிகள் பகுதியில் இருந்த பெஞ்சில் உட்கார்த்தி வைத்தான்.

"இந்தா... பிளாஸ்க்கை இங்கன வையி... மெதுவா நீ வாசல் கிட்ட போயி நில்லு. நானு வந்துடறேன்..." என்றதும். அந்தப் பெண்மணி பிளாஸ்க்கை வைத்துவிட்டு நகர்ந்தாள்.

கவுண்டருக்குப் போய் "வீரமுத்து, வயசு 85" என்று ஏதோ விவரம் சொல்லி பதிவுச் சீட்டு வாங்கி முதியவர் கையில் கொடுத்தான்.

"பசிக்குதாப்பா? காப்பி தரவா?" மனசு கேட்காமல் பிளாஸ்க் காப்பியைக் கோப்பையில் ஊற்றி குடிக்க வைத்தான். இதுதான் அப்பாவோடு கடைசி சந்திப்பு என்ற உணர்வில் கண்ணீர் துளிர்த்தது.

"இந்தச் சீட்டு பத்திரம். நானு பாத்ரூம் போயிட்டு இப்ப வந்துடறேன். சரியாப்பா..."

மகனின் நாடகம் புரிந்த முதியவரும் கண்ணீர் வடிக்க, கண்ணீரைத் துடைத்துக்கொண்டு மெதுவாக நகர்ந்தான் அவன். வாசலில் காத்திருந்தாள் அந்தப் பெண்மணி. இப்போது அவளின் முகத்தில் கொஞ்சம் சிரிப்பு எட்டிப் பார்த்தது.

"அவ்வளவு தானே! இனிமே பெருசு எப்படியோ போயிடும். அவ்வளவுதானே?"

"ம்.."

"யப்பா... கழுத்தறுப்பு விட்டுச்சு.... சனியன்... ஒண்ணுமாத்தி ஒண்ணு சேவை பண்ணிட்டே கெடக்க நா என்ன மதர் தெரஸாவா? என்னால ஏலாது சாமி..."

"சரி வா... காந்திபுரம் போலாம் வெரசா... திருப்பூர் பஸ்ஸு அங்கதான் வரும்..."

யாராவது பின்னாலேயே வந்து கூப்பிட்டுவிடுவார்களோ என்ற அச்சத்தில் விறுவிறுவென்று நடக்கத் துவங்க ஒரு போலீஸ் வேன் சர்ரென்று உள்ளே நுழைந்தது அதே நேரத்தில். "போலீஸ் வேன் போகுது. ஏதாச்சும் ஏடாகூடமா ஆகறதுக்குள்ள நாம போயிடணும்...'

"வெரசா வா... இப்பத்தான் நீ என் தங்கம். என் ராஜா... எம் புருஷன்." சந்தோஷமானாள் அந்தப் பெண்மணி

"ஐயா... நான் அனாதைச் சடலங்களை அரசு அனுமதி பெற்று நல்லடக்கம் செய்வதை ஒரு சேவையாகத்தான் செய்கிறேன், முப்பது

ஆண்டுகளாகுது... எந்தத் தனிநபரிடமும் ஒரு பைசா கூடக் கைநீட்டிப் பெற்றதே இல்லை. எனவே காணாமல் போன CADAVER-க்கும் எனக்கும் எந்தத் தொடர்பும் கிடையாது..."

தெளிவான குரலில் புட்டுப்புட்டு வைத்தார் தோழர் சாந்தகுமார்.

"எங்களுக்கும் தெரியும் தோழர் உங்களைப் பத்தி. இது ஒரு வழக்கமான விசாரணைதான். மார்ச்சுவரில வந்து போற எல்லார் கிட்டயும் பண்றோம். வேற ஒண்ணுமில்ல."

விறைப்பான காவல்துறை அதிகாரிகள் தோழர் சாந்தகுமாரிடம் பொறுமையாகச் சொன்னார்கள்.

"தோழர் மட்டும் இந்த உதவிய பண்ணலேன்னா, மார்ச்சுவரி நாத்தம் ஊரு முழுக்கப் பரவிடும். அனாதைப் பொணத்தை யாரு தொட்டுத் தூக்குவா?

உறவுப் பொணத்தைத் தூக்கவே யோசிப்பாங்க. இந்த அழகுல தோழர்தான் எங்களுக்கு ரொம்ப உதவி பண்றாரு சார். அவர் மட்டுமில்ல, அவரோட வீட்டம்மா, பொண்ணு, அவங்க காலேஜ் பிரெண்ட்ஸ் எல்லாரும் தான் வந்து போறாங்க. ஆனா, அவங்க யாருமே இந்த வேலையப் பண்ணியிருக்க மாட்டாங்க. எத்தினி வருஷமா வந்து போறாங்க தெரியுமா? CADAVER திருட்டுங்கறது புதுசா இருக்கு"

எப்போதும் ஜாலியாகச் சிரித்துப் பேசும் பழனிகூடக் கொஞ்சம் கடுமையான தொனியில் பேசினான்.

"சரி... நாங்க நாலு பக்கம் யோசிப்போம். விசாரிப்போம். அதைத் தப்புன்னு சொல்லாதீங்க. தடுக்காதீங்க. உங்க ஒப்பீனியன் மட்டும் சொல்லுங்க. சரியா?"

போலீஸ் துறையின் கண்கள் மார்ச்சுவரியில் ஒவ்வொன்றையும் கூர்மையாகப் பார்த்துக் கொண்டே தொடர்ந்தன. கிடங்குக்குள் எட்டிப் பார்த்து நாற்றம் பொறுக்க முடியாமல் சட்டென வெளியே வந்தார்கள்.

"இந்த நாத்தம் பொண நாத்தம்னு சொல்றது சரிதான். இதுக்குப் பழகின யாரோதான் இந்தத் திருட்டைப் பண்ணிருக்கணும். உங்களை யெல்லாம் தவிர வேற ஆட்கள்... அப்படி யாரு இங்க வந்தாங்க?"

"சார், நானு சொந்த வேலையா ஒரு வாரம் லீவுல போயிருந்தேன். ரவுசு குஞ்சு ஆபரேஷன் பண்ணிட்டு வேலைக்கு வரல. சங்கரம்மாவும்

மாயாண்டி சார் பொண்ணுக்குத் துணையா ஒரு வாரம் அங்க இருந்தாங்க.

அந்த நேரத்துல இங்க வேற ஸ்டாப் அஞ்சு பேரை டியூட்டில போட்டாங்க. நீங்க அவங்களைத்தான் விசாரிக்கணும். அவங்க யாருன்னு லிஸ்ட் ஆர்.எம்.ஓ.கிட்ட இருக்கும் சார்...

பழனி தனது கணிப்பைத் தெளிவாகச் சொன்னான். "யாரா இருந்தாலும் போலீஸ்கிட்டயிருந்து தப்பிக்க முடியாது. வாங்க போய்ப் பார்க்கலாம்..."

போலீஸ் அதிகாரிகள் கிளம்பினார்கள்.

"ரவுசு, கொஞ்சம் பார்த்துக்க..."

பழனியும் கிளம்பினான்.

வெற்றிலையை வாயில் அதக்கிக் கொண்டே சங்கரம்மா ஏதும் புரியாமல் கேட்டாள். "என்னாச்சு ரவுசு?"

"வேற ஒண்ணுமில்ல. ஏதோ பிரைவேட் மெடிக்கல் காலேஜு்ல - நம்ம மார்ச்சுவரிலேருந்து எடுத்த CADAVER இருந்துச்சாம். புதுத் திருடன் போல இருக்கு.

அதனால அந்த அடையாளச்சீட்டு எடுக்காமலே கை மாத்திருக்காங்க சடலத்தை. அதை யாரோ கண்டுபுடிச்சி கம்ப்ளெய்ண்ட் பண்ணீருக்காங்க. போலீஸு் வந்து விசாரிக்குது..."

"சடலத்தைக்கூடவா திருடுவானுக?"

"ஆமா சங்கரம்மா. சடலம் வச்சுதான பாடம் எடுப்பாங்க? அதுக்கு சடலம் சுலபமாக் கெடைக்காது. ஜி.எச்லதான் கெடைக்கும். நம்ப மார்ச்சுவரிலேருந்து திருடி எடுத்துக் குடுத்துருக்காங்க.

கைமாத்தா கொஞ்சம் பணம் வெளாடீருக்கு. யாரு விலைக்குப் போனா? அனாதைப் பொணம்னாலும் பர்மிஷன் இல்லாம திருடிக் குடுத்தா தப்புதானே சங்கரம்மா?"

இந்த எளியவர்களின் நேர்மை, பிணம் என்றாலும் அதற்குரிய மரியாதையோடு காப்பாற்றப்பட வேண்டும் என்கிற தொழில் தர்மம், சடலத்தைத் திருடி விற்பது.

அதர்மம் என்கிற மனோபாவம் இதெல்லாம் வெளியில் யாருக்குமே தெரியாது. அப்படியான இருட்டுக் குகையில் தானே இவர்களின் இருப்பு தொடர்கிறது?

"இன்னொண்ணும் இப்ப நம்ம ஊர்ல நடக்குது சங்கரம்மா... உனக்குத் தெரியுமா?"

"எனக்கு என்னா ரவுசு தெரியும்? ஏதோ நா உண்டு, என் புகையிலை உண்டு. டீ உண்டு. டூட்டிக்கு வந்தா பொணம் உண்டு. இதானே எனக்குத் தெரிஞ்சுது."

"வாஸ்தவம் தான். ஆனா தெரிஞ்சுக்கோ... நம்ம ஜி.எச்ல நெறைய வயசானவங்களைக் கொண்டு வந்து விட்டுட்டுப் போயிடறாங்களே புள்ளை பொண்ணு எல்லாம்...

அப்புறம் திரும்பிக்கூடப் பாக்கறதில்ல இல்லியா? அந்தப் பெரியவங்களை ஒரு கும்பல் கடத்திட்டுப் போயுடுது. எப்படியோ சாகடிச்சு அந்த சடலத்தைக்கூட வித்துடறாங்களாம்.

இந்தக் கதை தெரியுமா உனக்கு? CADAVER கிடைக்கறது, அதிலயும் அனாதைச் சடலம் கிடைக்கறது ரொம்பக் கஷ்டம் சங்கரம்மா..."

ரவுசு சொன்ன கதையில் வாய் பிளந்தாள் சங்கரம்மா.

"சரி, எத்தினி நாளு இப்பிடித் திருடி வித்து சம்பாதிக்க? என்னிக்கிருந்தாலும் ஒரு நாளு மாட்டிக்கத்தானே வேணும்? தவிர ஒரு நாளுக்கு மூணு தடவை சோறு தின்னு நிம்மதியாத் தூங்கி எழுந்தா போதாதா ரவுசு?"

"இதெல்லாம் உனக்குத் தெரியுது. திருடறவங்களுக்குத் தெரியணுமே? சடலம் திருடினா என்ன? வேற எதைத் திருடினாலும் திருட்டுதானே?"

எளியவர்களின் சொல் அம்பலம் ஏறுமா ஏறாதா எனத் தெரியாதது மாதிரி அவர்கள் பேச, ஒரு கும்பல். O.P பக்கத்தில் உட்கார்ந்திருந்த அந்த முதியவரைச் சுற்றிலும் நின்றுகொண்டு, கண் ஜாடை காட்டி மெதுவாக நடத்தி யாருக்கும் எந்தச் சந்தேகமும் தோன்றாத மாதிரி மருத்துவமனைக்கு வெளியே கடத்திக் கொண்டு வந்தது பட்டப்பகல் வெளிச்சத்தில்.

★★★

தன் முயற்சியில் சற்றும் மனம் தளராத விக்கிரமாதித்தன், மரத்தில் ஏறி அதில் தொங்கிய உடலைக் கீழே வீழ்த்தினான். பின்னர் கீழேயிறங்கி அதைத் தோளில் தூக்கிக்கொண்டு மயானத்தை நோக்கிச் செல்கையில், வேதாளம் கேட்டது.

"மன்னா... நீ தேடும் பொருள் உனக்குக் கிடைக்க என் கேள்விக்குப் பதில் சொல். பெற்றோரை, முதியவர்களைப் பராமரிக்காமல் கை கழுவி விட்டு, குடும்பத்தினர் சோற்றில் கை நனைப்பது கொடும் பாவம் இல்லையா?"

"கொடும் பாவம்தான் என்று எல்லோரும் அறிந்த அந்த ரகசியத்தை நான் வெளிப்படையாகச் சொல்ல வேண்டுமா? பச்சைக் குழந்தைகூட இதற்குப் பதில் சொல்லுமே" என்றான். விக்கிரமாதித்தனின் சரியான பதிலினால் அவன் மௌனம் கலையவே, வேதாளம் தான் தங்கியிருந்த உடலுடன் பறந்துசென்று, மீண்டும் முருங்கை மரத்தில் ஏறிக்கொண்டது.

★ ★ ★

அத்தியாயம் 15

மரணத்தின் வாசனை எப்போதும் காற்றில் கலந்தேதான் இருக்கிறது.

நாம்தான் நமது பரபரப்பில் அதைக் கவனிக்கத் தவறிவிடுகிறோம் அல்லது நமது விடியல் எப்போதுமே வெளிச்சமாகவே இருக்கும் என்பதான நம்பிக்கையோடும் இருக்கிறோம்.

மரணத்தின் கைகள் நம் தோளைத் தீண்டுவதற்கு ஒரு நொடி போதுமானதாக இருக்கிறது.

அதற்குப்பின் நிகழ்வதெல்லாம் தலைகீழ் மாற்றங்கள் தான். செழித்து விழுதோடு இருக்கின்ற ஆலமரத்தை வேரோடு பிடுங்கித் தலைகீழாக்கித் துண்டு துண்டாக அறுத்துப்போடுவதன் வலி வேதனை, ரோதனை, ரணம், குருதி, எல்லாமே அந்த ஒற்றை நொடி தந்துவிடும்.

மரணம் என்பதிலேயே ரணம் இருக்கிறது. அந்த ரணம் ஆறுவதற்கு எத்தனை ஜென்மங்கள் வேண்டுமோ? எத்தனை பிறவிகள் வேண்டுமோ?

இந்தச் சிலுவையை இறக்கி வைக்கவும் முடியாது. இந்தச் சித்ரவதையிலிருந்து உயிர்த்தெழுதலும் கிடையாது.

மரணித்தவர்களை விடவும் உயிரோடு இருப்பவர்களின் ரணவேதனை நரகமானது.

இதயாவுக்கு அப்படித்தான் ஆகிப்போனது. அண்ணன் இறப்பிலிருந்தே இன்னமும் மீளவில்லை.

அதற்குள் அடுத்த அடி தகப்பனின் இறப்பு. எத்தனை அடியைத்தான். ஒருத்தி தாங்கமுடியும்?

மீண்டெழுந்து வருவதற்கு அவகாசமே இல்லாமல் அடுத்து அடுத்து என்று மனசு நைந்து நொய்ந்து தொய்ந்து போவது மாதிரி இறப்புகளும் இழப்புகளும் தொடர்ந்தால் மனசு செத்துப்போய்விடாதா?

எல்லாமே வழக்கம்போல நகரத் தொடங்கின. வாழ்க்கையில் மரணம் ஒரு நிமிஷத்துக்கு சடன்பிரேக் போடுகிறது.

எல்லோரும் ஒரு நிமிஷத்துக்கு நிலை குலைகிறார்கள். ஆடிப்போகிறார்கள். அடுத்த நொடி சுதாரித்துக் கொண்டு மறுபடியும் ஓட்டத்துக்குத் தயாராகிவிடுகிறார்கள்.

வாழ்க்கையும் அதுபாட்டுக்கு ஓடத் துவங்குகிறது.

மாயாண்டிக்கும் புது வீட்டிலிருந்துதான் புறப்பாடு நடந்தது. செப்பு சாமான் மாதிரி வீடு, தீப்பெட்டி சைஸ் வீடு இப்படியெல்லாம் உதயா கேலி செய்த வீட்டிலிருந்துதான் மகனும் இறுதிப் பயணம் போனான். அப்பனும் இறுதிப் பயணம் போனார். அன்றைக்கு முழுக்க இதயா சொட்டுத் தண்ணீர் கூடக் குடிக்கவில்லை.

மறுநாள் அக்கம்பக்கத்து வீட்டிலிருந்து காப்பி வந்தது. டீ வந்தது. இட்டிலி வந்தது. தோசை வந்தது. சோறு, குழம்பு எல்லாமே வந்தது.

கட்டாயப்படுத்திச் சாப்பிடவும் வைத்தார்கள். ரவுசு கூடவே இருந்தாள்.

"எனக்கு ரெண்டாவது மகள் நீதான். இப்படிச் சொன்னது, அந்த வார்த்தையோட சத்தியம் எதுவுமே உன்னைக் காப்பாத்தலியா? அப்பா, அப்பா..."

ரவுசு கதறல் இதயத்தைப் பிளப்பதாக இருந்தது. "என்னப்பா பண்ணப் போறேன்? சின்ன வயசுலயே அம்மா போயிட்டா... அம்மாவா நீதான் எங்களை வளர்த்தே...

இப்ப அண்ணனும் இல்ல. நீயும் இல்ல. அனாதையா நிக்கறேம்ப்பா... நானும் உன்னோடயே வந்துர்றேன். நானும் செத்துப்போறேன்ப்பா..."

தலையில் அடித்துக்கொண்டு இதயா அழுததை யாராலும் கட்டுப்படுத்த முடியவில்லை. யார் கட்டுப்படுத்தினாலும் தீரக்கூடிய சோகமா அது?

ஒருநாள் ஆனது. ரெண்டு நாள் ஆனது. மூணுநாள் ஆனது. முப்பதுநாள் ஆனது. நாட்கள் பாட்டுக்கு நகர்ந்தன. வாழ்க்கையும் அதுபாட்டுக்கு நகர்ந்தது. எதுவும் எதற்காகவும் நின்றுபோகவில்லை.

சங்கரம்மாவும் பழனியும் வந்தார்கள் ஒருநாள்.

"இதயா கண்ணு... இனிமே இப்படித்தான் அண்ணங்காரன் இல்லாம, அப்பன் இல்லாம தனியா இருக்கணுமுன்னு ஏத்துக்கோ... பழைய மாதிரி வெளில வா. நாலு பேரோட பேசு.

கடைக்கு பஜார்க்குன்னு போய் வா கண்ணு... வீட்டுலயே முடங்கிக்கெடந்தா மூச்சடைக்கும்."

"வெளில போய் வந்தாலும் என்ன ஆகப் போகுது அத்தே? மனசு நம்ம கூடத்தானே வருது? கடையப் பார்த்தா சோகம் குறையுமா? வேடிக்கை பார்த்தா வலி குறையுமா? வலி மனசுக்குள்ள இருக்குது அத்தை. இந்த ஜென்மத்துல அதுபோகும்னு தோணல..."

"நீ சொல்றதெல்லாம் உண்மைதான் இதயா... மனசு பாரம் குறையாதுதான்.

சரி, உன் போக்குல எல்லாம் சரியாகட்டும்.

இப்ப டீன் ஒரு விஷயம் சொல்லி அனுப்பிருக்காரு... அதைக்கேளு... சரியா?"

பழனி கையிலிருந்த ஆப்பிள், ஆரஞ்சு, வாழைப் பழங்களை உதயா, மாயாண்டி புகைப்படங்களின் முன்னால் வைத்துக் கும்பிட்டான்.

"என் தலைவரு... பொசுக்குன்னு இல்லாமப் போயிட்டாரு... தங்கமான மனுஷன். சொக்கத் தங்கம். தப்பா ஒரு சொல்லு சொல்ல முடியாது தலைவரைப் பத்தி..."

ரவுசு கொண்டுவந்து கொடுத்த காப்பியைக் குடித்தான். சங்கரம்மாவும் சொன்னாள். "நீ போடற -காப்பி வாசம் ஊரையே தூக்குது ரவுசு..."

"கிண்டல் பண்ணாதே சங்கரம்மா..."

"அட, நெசம் தான் சொல்றேன். கிண்டல் இல்ல தாயி..."

"சரி... நேரமாவுது. விஷயத்தைச் சொல்லிட்டுக் கிளம்பறேன்... பி.எம் நெறைய வந்து கியூல காத்திட்டிருக்கும்... பொணம் கூட கியூல காத்திட்டிருக்கிறது இப்பத்தான். கலிகாலமாச்சு... இல்லியா சங்கரம்மா?"

"வாஸ்தவம்தான். தம்பி, சரி விஷயத்தைச் சொல்லு கௌம்பணும்"

"இதயா... அப்பாக்காக ஒரு கூட்டம் ஏற்பாடு பண்ணறாரு டீன் சார்.

அதுக்கு நீ வரணும்... கருணை அடிப்படையிலே உனக்கொரு வேலை குடுக்கவும் முடிவு செஞ்சிருக்காரு... அதனால, அடுத்தவாரம் விழாவுக்கு நீ வந்துடு. சரியா...?"

பொத்துக் கொண்டுவந்த கண்ணீரோடு தலையசைத்தாள் இதயா.

விழா நன்றாகத்தான் நடந்து கொண்டிருக்கிறது. டீன், ஆர்.எம்.ஓ... மற்ற மருத்துவர்கள் இப்படியாக நிறையப் பேர் பேசினார்கள்.

மாயாண்டி எப்படிப்பட்ட அற்புதமான மனிதன்..

முகம் சுளிக்காமல், எதிர்வாதம் செய்யாமல், எல்லாச் சிக்கலையும் சரி செய்யக்கூடியவராக மாயாண்டி இருந்தார் என்கிற ரீதியில் எல்லோரும் பேசினார்கள்.

இதயாவுக்கு மனசு தத்தளித்தது. சட்டென வீட்டுக்கு ஓடிப்போய் சுத்தியல், பிளேடு பிடித்துக் காய்ந்து போயிருக்கும் அப்பா கையைப் பிடித்துக்கொண்டு கதகதப்பாக உணரமாட்டேனா என்று பரிதவித்தாள்.

பக்கத்திலிருந்த ரவுசுவுக்கும் இதயாவின் மூச்சடைப்பு புரிந்தது.

அவளின் கையை மென்மையாக அழுத்தி ஆசுவாசப்படுத்தினாள்.

"நிதானமா இரு இதயா... அப்பா எத்தினி நல்லவருன்னு நாலுபேரு பேசட்டும். அப்பத்தான் அந்த ஆத்மா நிம்மதியாகும்..."

பொறுப்பான குரலில் ரவுசு சொன்னதும் கட்டுப்படுத்த முடியாமல் கேவினாள் இதயா.

சங்கரம்மா ஒரு தம்ளர் தண்ணீர் எடுத்துக்கொண்டுவந்து கொடுத்தாள். "ஒரு வாய்த் தண்ணி குடி இதயா. கண்ணால தண்ணி வுட்டுட்டே இருக்காதே... நாலு பெரியவங்க இருக்கற இடம் இது..."

பிணக் கூராய்வு வேலையிலும் மாயாண்டி காட்டிய அக்கறை. தொழில் தர்மம், மிகக் குறைந்த சம்பளம், தொட்டுக்கோ தொடைச்சுக்கோ மாதிரியான வருமானம்; ஆனாலும் யாரிடமும் கையேந்தாமல் சுயமரியாதையோடு இருந்த மாயாண்டி என்று ஆளாளுக்குச் சொன்னார்கள்.

நிறைவாக டீன் எழுந்தார். அவரும் நீளமாகப் பேசினார். முத்தாய்ப்பாக அவர் சொன்ன சேதிக்கு எல்லாரும் பலமாகக் கைதட்டினார்கள். இதயாவுக்கு நல்ல காலம் பொறந்துடுச்சு.

செத்தப்புறமும் மகளுக்கு நல்லது பண்ணீருக்கார் மாயாண்டி... இப்படி ரீதியில் பேசியதைக் கேட்டு ரவுசுவும் கூட சந்தோஷமானாள்.

"இதயா... உனக்கொரு வேலை தர்றதா டீன் சாரு சொல்றாரு. நீ போயி நன்றி சொல்லு... நல்லதா நாலு வார்த்தை சொல்லு போ..."

கையைப்பிடித்து எழுப்பி ஒலிபெருக்கி முன்னால் கொண்டுவந்து நிறுத்தினாள் ரவுசு.

சுற்றுமுற்றும் பார்த்தாள் இதயா... தலைமை மருத்துவர்கள், மற்ற அதிகாரிகள் சூழ்ந்திருந்த அரங்கம். மருத்துவமனைப் பணியாளர்களும் நிறைந்திருந்தார்கள்.

எல்லாரும் வாய் ஓயாமல் சொன்னது இதுதான். "இனிமே பிரச்னை கிடையாது. வயித்துப்பாட்டுக்கு ஒரு வேலை உறுதியாயிடுச்சு.

இனிமே இதயா கால் ஊனி நின்னுடலாம்... அப்புறமா ஒரு கல்யாணம் காட்சின்னு நடந்துட்டா லைப் ஸெட்டில் ஆயிடும்..."

எதையுமே உணராத மரத்துப் போன மனநிலையில் இருந்தாள் இதயா... டீன் சொன்ன தகவலால், ஒரு வேலைவாய்ப்பும் சம்பளமும் தருகிற நிம்மதியால் கொஞ்சம் ஆசுவாசமாவாள் என்கிறதான பாவனை அவளிடம் இல்லை.

"எல்லாருக்கும் நன்றி. அப்பாவைப் பத்தி நல்லதா நாலு வார்த்தை சொன்னீங்க. இப்படிப்பட்ட நேர்மையான அப்பாவுக்கு மகள் நானுங்கறது எனக்குப் பெருமையா இருக்கு..."

கையெடுத்துக் கும்பிட்டுச் சொல்லி கொஞ்சம் தண்ணீர் குடித்துக் கொண்டாள். கொஞ்சம் தெளிவானது முகமும் குரலும்.

"எனக்கொரு வேலை வாய்ப்புங்கறது பெரிய உதவி.

ரொம்பவும் இக்கட்டான சூழல்ல உதவி செய்திருக்கற டீன் சாருக்கு நன்றி... ஆனா, உதவிய ஏத்துக்கற சூழல்ல நான் இல்லேங்கறதைத் தெரிவிச்சுக்கறேன்..."

சொல்லிவிட்டு இதயா கொஞ்சம் நிறுத்தினாள். அரங்கமே அதிர்ந்தது என்றுதான் சொல்லவேண்டும்.

"அவளுக்கென்ன பைத்தியமா?"

"சோகத்துல மூளை கலங்கிடுச்சா?"

"என்ன பேசறோம்னு தெரிஞ்சு தான் பேசறாளா?"

"எவ்ளோப் பெரிய உதவி இது? வேணாம்கறாளே" "சங்கரம்மா அவளை வாயமூடிட்டு இறங்கி வரச்சொல்லு. பேசவேணாம்..."

"யாரு குடுப்பா இந்தக் காலத்துல இப்படி ஒரு வேலை? அவனவன் வேலை கெடைக்காம திண்டாடறான்.... வாழைப்பழத்தை உரிச்சுக் குடுத்தாலும் கசக்குதாக்கும்?"

அதற்குள்ளாக சட சட சட என்று எதிர்க் குரல்கள். டீன் கொஞ்சம் ஆசுவாசப்படுத்தினார்.

“இருங்க இருங்க. பொறுமையா இருங்க. அவங்க பேசட்டும். ஏம்மா வேண்டாம்னு சொல்றீங்க...?” தன்மையாகக் கேட்டார்.

“நன்றி டீன் சார். முதல் விஷயம் இந்த வேலை கருணை அடிப்படையானது. கருணை கேட்டு யார்கிட்டயும் கையேந்தக் கூடாதுன்னு எங்கப்பா சொல்லிச் சொல்லி வளர்த்திருக்காரு.

அடுத்தது இந்த வேலைங்கற சின்ன வட்டத்துக்குள்ள மாட்டிக் கிட்டா அது ஒரு ஆசுவாசம் குடுக்கும். ஆனா, அந்த ஆசுவாசமே வேற பெரிசா எதையும் சாதிக்கணும்கற நினைப்பை முறிச்சுப் போட்டுரும்.

எங்கப்பாவுக்கும் பெருசா சம்பாதிக்கணும். இன்னும் சிறப்பா வாழணும்னு கனவு இருந்துச்சு ஆனா, இந்த வேலையைத் தாண்டி அவரால வரமுடியல. நானும் அந்தச் சிக்கல்ல மாட்டிக்கக் கூடாதுன்னு பார்க்கறேன்.

வேலை, அப்புறம் கல்யாணம், குழந்தை குட்டின்னு ரொட்டீன் வேண்டாம். எனக்குப் புடிக்கல. ரிஸ்க் எடுக்க விரும்பறேன். புதுசா எதையாவது ஆரம்பிச்சு செய்துபார்க்கணும். அதுல கிடைக்கிற வெற்றி தோல்வி எல்லாமே ருசிச்சுப் பார்க்கணும்.

செக்குமாடு மாதிரி இந்த வேலைக்குள்ள நானு சிக்க விரும்பல்ல. அதனால ஒரு தொழில் துவங்க ஆசைப்படறேன். எல்லாருக்கும் வயிறார சாப்பாடு போடற உணவகம் துவங்க ஆசைப்படறேன். ரவுசு மாதிரி சமூகத்தால் புறக்கணிக்கப்படற பெண்களை இணைச்சுக்கிட்டு இதைச் செய்யணும். அவங்களுக்கும் ஒரு வேலைவாய்ப்பு. அவங்க திறமையை வெளிப்படுத்த ஒரு வாய்ப்பு. இந்தத் திசையிலே தான் பயணிக்க விரும்பறேன்.

ஸோ... எல்லாருக்கும் என் கனவு புரியும்னு நம்பறேன்... உங்களோட ஆசீர்வாதம் வேணும். வணக்கம்...”

இதயா பேசி முடித்ததும் அரங்கமே எழுந்து நின்று கைதட்டியது.

★★★

தன் முயற்சியில் சற்றும் மனம் தளராத விக்கிரமாதித்தன், மரத்தில் ஏறி அதில் தொங்கிய உடலைக் கீழே வீழ்த்தினான். பின்னர் கீழேயிறங்கி அதைத் தோளில் தூக்கிக்கொண்டு மயானத்தை நோக்கிச் செல்கையில், வேதாளம் கேட்டது.

"மன்னா நீ தேடும் பொருள் உனக்குக் கிடைக்க என் கேள்விக்குப் பதில் சொல். அப்பாவின் வேலையை ஏற்றுக்கொண்டு செக்கு மாடாகத் தான், தன் சுகம் என்றில்லாமல் புதியதாகச் சாதனை செய்ய வேண்டும் என்று நெருப்பாற்றில் நீந்தத் துணிந்திருக்கும் இதயா செய்தது சரியா தவறா?"

"சரிதான் என்று எல்லோரும் அறிந்த அந்த ரகசியத்தை நான் வெளிப்படையாகச் சொல்ல வேண்டுமா? பச்சைக் குழந்தைகூட இதற்குப் பதில் சொல்லுமே" என்றான். விக்கிரமாதித்தனின் சரியான பதிலினால் அவன் மௌனம் கலையவே, வேதாளம் தான் தங்கியிருந்த உடலுடன் பறந்துசென்று, மீண்டும் முருங்கை மரத்தில் ஏறிக்கொண்டது.

★★★